JUSTIN BIEBER

BƯỚC TỚI ĐỈNH CAO: Câu chuyện của tôi

Tác giả: **Justin Bieber**
Ảnh: **Robert Caplin**
Dịch giả: **Trang Hải & Lê Trung**

nhã nam

NHÀ XUẤT BẢN
THÔNG TẤN

Originally published in the English language by HarperCollins Publishers Ltd;
under the title: JUSTIN BIEBER First Step 2 Forever: My Story
© Justin Bieber, 2010
Text © Bieber Time Touring LLC, 2010
Photography © Robert Caplin, 2010

Dịch từ nguyên bản tiếng Anh *JUSTIN BIEBER First Step 2 Forever: My Story*,
NXB HarperCollins

Xuất bản theo hợp đồng nhượng quyền giữa **HarperCollins Publishers Ltd**,
và **Nhã Nam**, thông qua Tuttle Mori Agency Ltd, 2011.

Bản quyền bản tiếng Việt © Công ty Văn hóa & Truyền thông Nhã Nam, 2012.

Biên mục trên xuất bản phẩm của Thư viện Quốc gia Việt Nam

Bieber, Justin
    Justin Bieber bước tới đỉnh cao: Câu chuyện của tôi / Dịch: Trang Hải, Lê
Trung. - H. : Thông tấn ; Công ty Văn hóa và Truyền thông Nhã Nam, 2012. - 242tr. :
ảnh ; 25cm
    Dịch từ nguyên bản tiếng Anh: Justin Bieber first step 2 forever: My story

    1. Bieber, Justin, Ca sĩ nhạc pop, (1994-), Canađa 2. Tiểu sử
    782.42164092 - dc14

                                                        TTB0007p-CIP

MỤC LỤC

LỜI NHẮN NHỦ ĐẶC BIỆT TỚI NHỮNG NGƯỜI HÂM MỘ TUYỆT VỜI NHẤT THẾ GIỚI

Tôi chẳng biết nói sao để diễn tả lòng biết ơn của mình tới các bạn, những người đã biến hành trình này thành sự thực. Mỗi người trong các bạn đều là "My Favorite Girl" [1] - cô gái tôi yêu nhất - vì những lý do khác nhau, bởi các bạn đều đặc biệt theo cách của riêng mình. Dù đi đâu, làm gì, tôi đều cố kết nối với các bạn càng nhiều càng tốt. Nếu bạn đứng hàng đầu trong buổi hòa nhạc, tôi sẽ vươn ra nắm lấy tay bạn. Nếu bạn tụ tập ngoài sân vận động sau buổi diễn, có thể bạn sẽ ướt như chuột lột trong cuộc chiến súng nước kinh điển của chúng tôi. Có khi bạn chỉ đang tâm sự với bạn bè trên Twitter rằng chắc bạn chẳng đời nào chạm được vào tôi thôi, thì ngay sau đó, tôi đã follow bạn trên mạng xã hội ấy. Những ước mơ của tôi cũng đã từng tưởng như chẳng đời nào thành hiện thực, nhưng như tôi đã nói trong một bài hát của mình, "Never Say Never" - đừng bao giờ nói không bao giờ. Tôi sẽ chẳng đời nào quên rằng nếu không có các bạn, không một điều nào trong số những điều tốt đẹp đang đến với tôi có thể xảy ra. Đó là lý do tại sao tôi lại chia sẻ câu chuyện của mình với bạn: để bạn có thể trải nghiệm hành trình này cùng tôi, những thăng trầm, những nụ cười và cả những giọt nước mắt. Các bạn đã ở đó ngay từ đầu. Giờ đây, khi bạn đã thấy những gì tôi thấy, cảm nhận những gì tôi cảm nhận, tôi mong bạn sẽ tin tưởng rằng ước mơ lớn thật sự có thể thành hiện thực. Tôi đang sống ước mơ của mình mỗi ngày. Nhờ có các bạn.

LUV YAH,
JUSTIN

---

1. Tên một bài hát của Justin Bieber.

CHƯƠNG 1

LÊN ĐƯỜNG LƯU DIỄN NÀO

justinbieber Cảm ơn Canada!! Thật buồn vì tôi phải đi rồi, nhưng chúng tôi đang khởi động chuyến lưu diễn nên phải quay trở lại để diễn tập… QUY ĐỊNH TRÊN XE BUÝT CỦA TÔI ĐÓ!! Đấy đúng là một bữa tiệc trên xe!

16:17 21/06 qua Web

HARTFORD, CONNECTICUT
THỨ BA, 22/06/2010
9:45

Xe lăn bánh vào sân XL Center, ngay lập tức tôi có cảm giác mình nên đi giày trượt.

"Ông này!" Tôi thúc sườn ông ngoại. "Ông có ngửi thấy mùi khúc côn cầu không?"

Ông cười lớn. "Ờ, đúng thế."

Chưa đầy bốn mươi tiếng đồng hồ nữa, hai mươi ngàn fan hò hét sẽ nhồi chặt tới nóc cái sân XL Center này, nhưng ngay bây giờ thì nó chỉ đang khẩn thiết xin một chiếc Zamboni.

Zamboni là một loại xe hàng khủng trông giông giống xe tăng, người ta lái nó xung quanh để là phẳng mặt băng vào giờ giải lao của một trận khúc côn cầu. Nó làm tan chảy lớp băng trên cùng, lớp này đông cứng lại gần như ngay lập tức và trở nên phẳng như gương. Thật không tin nổi tôi lại phải đi miêu tả Zamboni nghĩa là gì. Giống như tả về một thứ mà từ lúc mới sinh bạn đã biết rõ ấy.

Khúc côn cầu quen thuộc với mọi người Canada. Chúng tôi mê môn thể thao này từ trong máu.

"Quá nhiều điều có thể thay đổi trong ba năm… thật khó tin."

Đôi khi, người ta cho một khách mời nổi tiếng nào đó - anh hùng thời chiến, hoa hậu, phóng viên thời sự địa phương hay đại loại vậy - ngồi trên chiếc Zamboni. Và cách đây ba năm đó vẫn còn là định nghĩa của tôi về người nổi tiếng: người được cưỡi Zamboni đi vòng quanh sân băng.

Định nghĩa của tôi về một ngôi sao nhạc rock ư: người được cưỡi xe buýt đi lưu diễn khắp nơi.

Quá nhiều điều có thể thay đổi trong ba năm.

Khi tôi mười hai, ông bầu của tôi, Scott 'Scooter' Braun, thấy video tôi biểu diễn trong một cuộc thi tài năng địa phương trên YouTube. Khi tôi mười bốn tuổi, chúng tôi hợp tác với ca sĩ phòng thu Usher, anh không chỉ là một trong những thần tượng của tôi mà còn giúp giới thiệu tôi ra thế giới. Vài tháng sau sinh nhật tuổi mười lăm, đĩa đơn đầu tiên của tôi phát hành. Giờ tôi đã mười sáu và chuẩn bị bước vào chuyến lưu diễn đầu tiên trong đời với tư cách là một ngôi sao.

THẬT KHÓ TIN.

Chuyến lưu diễn My World sẽ đi qua tám mươi lăm tỉnh thành ở Hoa Kỳ và Canada - kết nối với gần hai triệu fan - tất cả chỉ trong chưa đầy sáu tháng. Đi cùng tôi là nhóm bè Legaci, các vũ công, ban nhạc và cả một ê kíp hùng hậu. Phải mất đến tám chiếc xe buýt cùng cả một đoàn xe kéo mười tám bánh để chuyên chở tất cả nhân lực và thiết bị.

WOW!

"Chuyến lưu diễn My World sẽ đi qua tám mươi lăm tỉnh thành ở Hoa Kỳ và Canada - kết nối với gần hai triệu fan - tất cả chỉ trong chưa đầy sáu tháng."

Tôi băng qua bãi đậu xe buýt cùng ông bà ngoại - ông Bruce và bà Diane Dale - và Kenny Hamilton, vệ sĩ ninja kiêm nạn nhân thường xuyên trước năng lực tiêu hủy từ chiếc Xbox 360 của tôi. Mẹ tôi, Patttie Mallete, thì diện quần jean bó sát đẹp tuyệt, loạng choạng theo sau trên đôi giày cao gót. Mẹ là người rất tuyệt vời, bà đã hy sinh mọi thứ vì tôi.

Scooter đã có mặt ở đây được vài tiếng đồng hồ, vào quãng nghỉ giữa những cú điện thoại hối hả, anh chơi bóng rổ với đội thiết bị cùng các vũ công nhảy nền. Scooter chính là đạo diễn đứng sau mọi hoạt động, anh cùng ê kíp của mình thu xếp mọi việc đâu vào đấy: truyền thông, chẳng hạn phỏng vấn và yêu cầu chụp ảnh; hậu cần, chẳng hạn ai đi đến đâu trên xe nào; và dĩ nhiên cả những vấn đề thiết yếu mang tính sống còn, ví dụ như đảm bảo rằng tôi không ăn pizza vào ngày biểu diễn (người ta cho rằng ca sĩ không được dùng thực phẩm làm từ sữa trước buổi diễn, nhưng ai mà chả biết tôi là trùm phá luật. Pizza quá ngon mà!). Scooter lúc nào cũng lập kế hoạch - anh đối xử với cuộc sống như với một ván cờ, luôn tính trước tám nước. Anh chàng ấy đúng là quá khủng.

Sau màn đấm tay chào hỏi chớp nhoáng với Kenny và ôm hôn tôi cùng mẹ, anh dẫn chúng tôi qua những hành lang ngầm sau cánh gà tới sân vận động, ở đó, những công nhân lắp ráp thiết bị trên không đang cẩu một giỏ khí cầu khung sắt khổng lồ lên.

"Tuyệt." Kenny và tôi gật gù khen ngợi.

Cái giỏ đó được thiết kế để nâng tôi lên phía trên khán giả khi hát bài "Up", thoạt đầu nó sẽ ở cách sân khấu chừng mười mét, sau đó trôi dần ra phía trên đầu khán giả, lướt trên những làn sóng năng lượng và tiếng ồn, rồi hạ xuống thấp, không đủ để đám đông chạm vào tôi nhưng đủ gần để tôi thấy khuôn mặt xinh đẹp của tất cả. Tôi thật lòng mong các fan của mình sẽ phải phát cuồng khi trông thấy nó. Thế rồi, cái giỏ khí cầu đột nhiên phát ra tiếng động như một chiếc Chevy nghiến qua thanh chắn đường sắt. Nó tròng trành rồi dừng lại. Đảo sang trái. Lắc sang phải.

Tôi thốt lên, "Ái chà! Lát nữa chắc chuyện như thế này không được phép xảy ra nhỉ."

Trên các giàn cao, những công nhân lắp ráp thiết bị trên không cãi nhau xì xoẹt qua bộ đàm. Không hay ho gì lắm. Nhưng rồi, ngay khi bắt đầu cảm thấy hậu quả từ việc nốc quá nhiều đồ ăn sáng đang phát tác trong dạ dày, tôi thấy một vòng tay trấn an quàng qua vai mình. Chị Carin, bạn gái anh Scooter, đang đứng cạnh tôi. Carin làm những công việc hỗ trợ chuyến lưu diễn, nhưng thực ra chị ở đây là để giúp tôi cùng Scooter qua được quãng thời gian áp lực điên rồ này. Chị đóng vai trò quan trọng trong hệ thống hỗ trợ chúng tôi và luôn đặt lợi ích của tôi lên trước nhất.

"Đừng có lo," chị nói. "Sẽ ổn thôi. An toàn luôn được đặt lên trước kỹ xảo đặc biệt. Em biết điều đó mà."

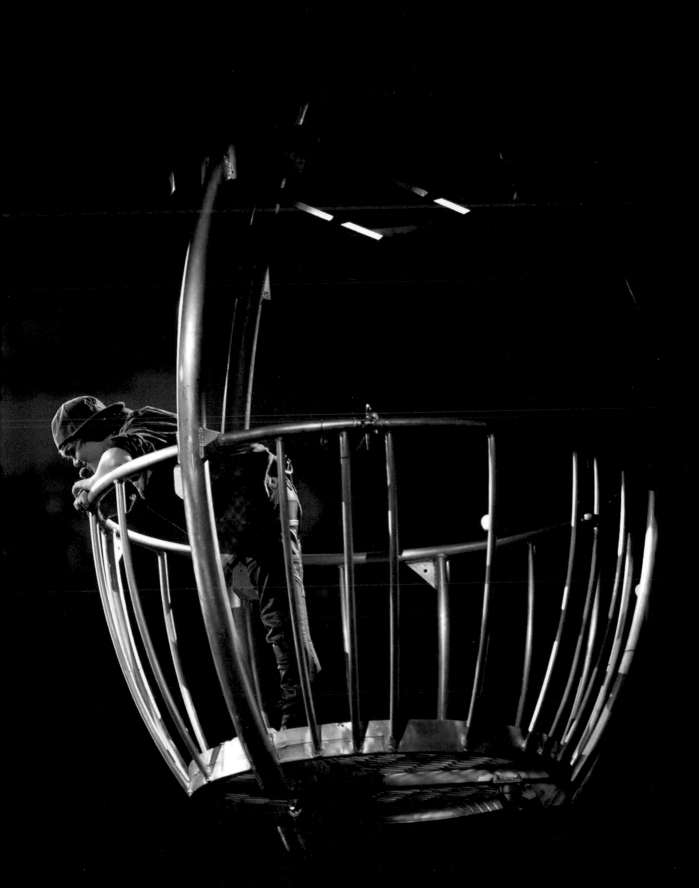

"Vâng, em biết chứ," tôi bảo chị. "Nhưng em không muốn bỏ đi màn nào cả. Buổi diễn quá tuyệt. Em muốn nó hoàn hảo."

"Nó sẽ hoàn hảo," mẹ lên tiếng. "Nó sẽ tuyệt vời."

"Cực kỳ tuyệt vời ấy chứ," Carin hùa vào. "Nhìn kìa. Chị nghĩ họ đã giải quyết được rồi."

Giỏ khí cầu thép đã trở lại trạng thái cân bằng và lại vút lên cao giữa tiếng nhạc phát ra từ bộ chỉnh âm.

 It's a big, big world. It's easy to get lost in it…

Tôi thích câu hát ấy (Thế giới thật, thật rộng lớn. Rất dễ bị lạc lối trong đó). Đôi khi tôi cảm thấy như đó là điều tất cả mọi người đang mong đợi. Thế giới của tôi đang phình ra rất nhanh, và vin vào những dẫn chứng buồn trong quá khứ, nhiều người cho rằng tôi sẽ lạc lối trong đó. Lúc nào tôi cũng bị hỏi đi hỏi lại hai câu: "Cậu khởi nghiệp như thế nào" và "Cậu định trụ lại ra sao?"

Đứng đó giữa XL Center, tôi thấy rõ câu trả lời cho cả hai: xung quanh tôi là những người siêu thông minh, siêu tài năng và cực kỳ tốt bụng, họ yêu tôi và canh chừng mỗi bước đi của tôi. Họ không đời nào để tôi quên mất mình từ đâu đến và mình định đi đâu. Họ không đời nào để tôi làm chuyện xằng bậy. Thành công tôi đạt được cho đến nay là do Chúa ban tặng, do những người yêu quý ủng hộ tôi trao cho, trong đó có các fan của tôi. Mỗi người các bạn lại nâng tôi lên cao hơn một chút.

"Thành công tôi đạt được cho đến nay là do Chúa ban tặng…"

"Thế giới của tôi đang phình ra rất nhanh, và vin vào những dẫn chứng buồn trong quá khứ, nhiều người cho rằng tôi sẽ lạc lối trong đó"

… nowhere but up from here, my dear… Baby we can go nowhere but up. Tell me what we got to fear. We can take it to the sky, past the moon through the galaxy. As long as you're with me.

Quả là một chuyến đi ấn tượng! Hay hơn cưỡi trên Zamboni nhiều.

Phải đến khi vào sân XL Center thì tôi mới thực sự nhận thức được buổi diễn này lớn đến thế nào. Đạo diễn tour, Tom Marzullo, Scooter cùng tôi đã xây dựng nó với bao ý tưởng hoành tráng, để rồi khi bắt đầu diễn tập, tôi đã phải choáng váng vì nhận ra buổi diễn sẽ vô cùng tuyệt vời ra sao. Các trục kéo lớn lướt trong không trung. Sân khấu hai tầng với dốc và bục. Ròng rọc nâng những thiết bị khổng lồ vút lên cao rồi lại thả tít xuống thấp. Chúng tôi có máy tạo khói, đèn sân khấu di chuyển ánh sáng theo người biểu diễn, tôi cùng các vũ công bay lượn cách mặt đất năm mét - quả là một màn dàn dựng hoành tráng và siêu cool. Thật không tin nổi tôi chính là trung tâm của tất cả những thứ ấy, tôi cảm thấy trách nhiệm đè nặng lên vai mình, tôi nhất định không được làm hỏng.

"Choáng ngợp quá nhỉ," ông ngoại cất tiếng, như thể ông đọc được ý nghĩ của tôi. "Thật… thật choáng ngợp. Nhưng rồi cháu sẽ làm rất tốt thôi. Cháu chỉ cần làm những gì vẫn làm, rồi mọi chuyện sẽ tốt đẹp cả."

 … we were underground, but we're on the surface now.

Mắt ông ngân ngấn nước. Dạo này ông rất hay như thế. Ông trở nên rất mẫn cảm mỗi khi chứng kiến trực tiếp những sự kiện xảy ra trong đời tôi. Người ta đã thấy ông tôi bật khóc khi trả lời phỏng vấn trên truyền hình, nhưng ông không hề lăn tăn về chuyện đó chút nào. Ông tôi là một người Canada mê khúc côn cầu, săn nai sừng tấm và chơi húc đầu, ông mạnh mẽ hơn bất cứ ai tôi biết. Có lẽ chính vì thế mà ông không ngại phô bày cảm xúc của mình - ông không sợ bày tỏ rằng ông yêu chúng tôi, ông tự hào vì tôi và mẹ cũng như tất cả các con cháu của ông - chính vì thế mà tôi cũng không ngại bày tỏ cảm xúc. (Ở thì, phần lớn thời gian là như vậy. Một cách hợp lý. Bạn hiểu ý tôi mà.) Cuối cùng tôi cũng đã cao hơn ông, nhưng ông luôn là người để tôi phải ngước nhìn. Ông ở đó khi tôi cần và vẫn luôn như vậy, kể từ khi tôi bắt đầu biết lưu giữ ký ức.

CHƯƠNG 2

NHẠC SĨ
BÍ MẬT

justinbieber Âm nhạc là thứ ngôn ngữ của toàn vũ trụ, dù ta sinh ra ở đâu hay màu da ta là gì đi chăng nữa. Nó mang tất cả chúng ta lại gần bên nhau.

11:37 19/05 qua Web

Ngày tôi chào đời, 01/03/1994, Celine Dion đang vững chắc ở ngôi vị số 1 trên bảng xếp hạng Billboard Hot 100 với ca khúc "The Power of Love". Một bài hát không tồi để nghe khi bắt đầu bước vào đời phải không? Đạo diễn âm nhạc của tôi, anh Dan Kanter, vốn thầm hâm mộ Celine Dion, ngày hôm đó hẳn đã rất phấn khích. Bài hát tràn ngập trên sóng phát thanh, vậy nên có lẽ tôi đã nghe thấy cô ấy hát sang sảng trước cả khi hé được mắt ra nhìn bầu trời xanh ngắt bên trên Stratford, bang Ontario. Thành phố quê hương tôi nằm cách Los Angeles 2.450 dặm về phía Đông Bắc, cách New York 530 dặm về phía Tây Bắc, cách Disney World 1.312 dặm về phía Bắc và ở hướng hoàn toàn ngược lại với Tokyo trên quả địa cầu. Nhưng vào ngày hôm đó, tất cả mọi người trên khắp hành tinh này đều đang lắng nghe Celine Dion và mê mẩn bài hát ấy.

Tôi tự hào là người Canada, và mong rằng điều đó sẽ thể hiện ở mọi việc tôi làm. Tôi yêu khúc côn cầu, xi rô nhựa phong và những thanh sô cô la nhân caramel. Nói chung, Canada là một đất nước kỳ diệu, còn Stratford là một nơi tuyệt vời để ta gọi là quê hương. Người dân thân thiện, nhưng không dễ làm họ ấn tượng đâu nhé. Tôi thường xuyên về quê thăm ông bà và các bạn, Ryan và Chaz, ấy thế nhưng mọi người đối xử với tôi vẫn như hồi nào.

Stratford là một thành phố nhỏ với khoảng 30.500 dân, đặt theo tên thị trấn Stratford-upon-Avon ở Anh, quê hương của William Shakespeare. Thế nên chẳng có gì ngạc nhiên khi ở đây lúc nào cũng có diễn kịch và lại còn là nơi đăng cai lễ hội Shakespeare hoành tráng nhất Bắc Mỹ. Hè nào cũng có chừng một triệu du khách đến xem kịch ở nhà hát Avon, ngắm nghía tranh ảnh và đồ thủ công địa phương rồi sục sạo khắp cái thành phố vốn rất yên bình vào mùa đông này.

Nếu nhìn vào bản đồ Bắc Mỹ, bạn sẽ thấy Ontario là một tam giác nhỏ ở Canada nằm ngay trên vùng Đại Ngũ Hồ, giữa bang New York và bang Michigan. Stratford thực ra ở khá gần Hoa Kỳ, nằm giữa quãng đường từ Detroit đến Buffalo, ấy thế nhưng mỗi khi tôi nói mình là người Canada thì lại có người nghĩ chắc tôi cưỡi xe trượt do chó kéo, hay đại loại, từ Bắc Cực đến đây. Đúng là đôi khi mùa đông ở đây tưởng chừng như kéo dài vô tận, nhưng ấy là vì bọn

"Mọi người đối xử với tôi vẫn như hồi nào."

trẻ con quá mong mỏi năm học kết thúc mà thôi. Mùa hè oi nồng nóng nực, nhưng đầy trò vui. Còn khi trời vào thu, cả chốn này rực rỡ những sắc màu khó tin. Mùa xuân cũng đẹp kinh khủng. Lũ người tuyết sụm xuống hoặc bị đá cho sụm xuống, những đống tuyết tan chảy, và cỏ trên sân bóng chày rùng mình tỉnh giấc. Không khí trong lành. Khắp nơi như có mùi thông ẩm ướt.

"Tôi tự hào là người Canada, và mong rằng điều đó sẽ thể hiện ở mọi việc tôi làm"

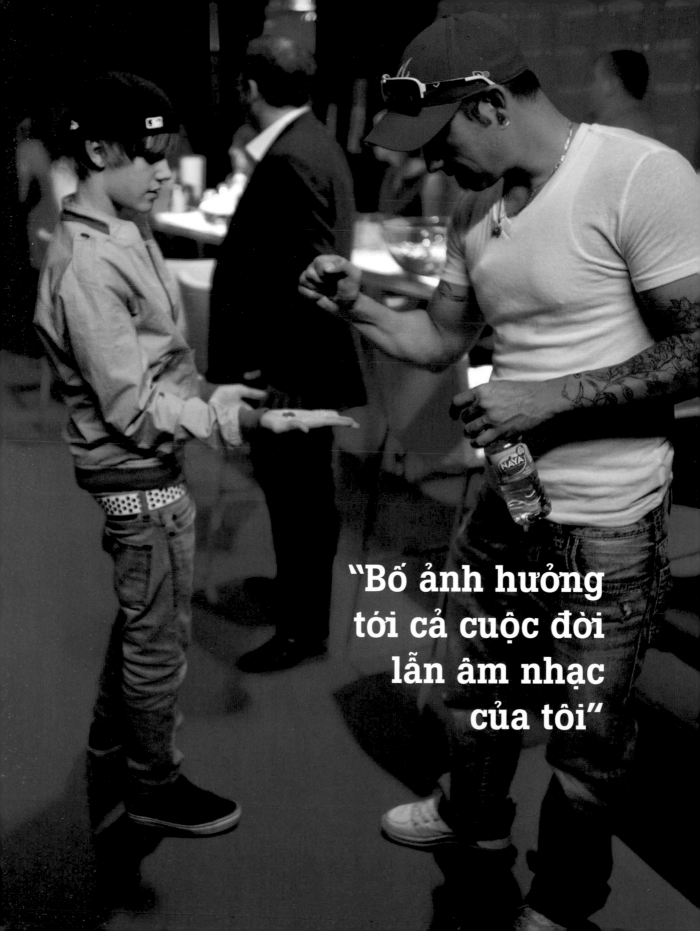

"Bố ảnh hưởng tới cả cuộc đời lẫn âm nhạc của tôi"

Khi tôi ra đời, bố mẹ tôi vẫn còn rất trẻ. Không lớn hơn tôi bây giờ là bao. (Ừ thì, chuyện đó cũng khiến tôi khá hoảng, nên tôi cũng không đào xoáy sâu hơn nữa làm gì.) Bố tôi, Jeremy Bieber, lúc ấy về cơ bản vẫn còn là một đứa trẻ, phải gồng mình để đảm nhận những trọng trách nặng nề của người lớn. Chỉ gần đây tôi mới bắt đầu hiểu ra việc ấy khó khăn biết chừng nào. Bố con tôi luôn hòa hợp với nhau vô cùng, và khi đọc tiếp câu chuyện này, bạn sẽ thấy bố ảnh hưởng tới cả cuộc đời lẫn âm nhạc của tôi như thế nào. Còn mẹ, tôi khâm phục mẹ rất nhiều vì đã dám dấn bước để đối mặt với tất cả những thách thức của cuộc đời.

Bố mẹ chia tay khi tôi mới mười tháng tuổi. Chẳng bao lâu sau đó, bố bắt đầu đi xa để làm xây dựng. Mẹ thì làm cật lực bất cứ công việc gì để giữ cho chúng tôi một mái nhà. Chúng tôi sống trong nhà công, và ở căn hộ nhỏ nhà tôi chẳng có thứ gì xa xỉ cả, vậy nhưng tôi chưa bao giờ nghĩ mình nghèo. Mẹ con tôi có nhau, và đó là tất cả những gì chúng tôi cần.

Trong lúc mẹ làm việc, tôi đi nhà trẻ, nhưng tôi cũng ở với ông bà rất nhiều. Tôi có một phòng riêng ở nhà ông bà, bà sơn nó màu xanh trắng với hình đội Toronto Maple Leafs dán đầy tường. Còn phải hỏi: tôi mê khúc côn cầu từ ngày đầu tiên chào đời, và Maple Leafs là đội tôi thích nhất.

Cứ hè đến là ông bà lại đưa cả nhà đến hồ Star, ở đó chúng tôi thuê một căn nhà gỗ của câu lạc bộ roi-và-súng. Các anh chị em của ông bà cũng tới nữa, rồi ông và tôi sẽ đi câu cá cùng cụ ngoại. Cụ ngoại là người Canada gốc Pháp nên không nói tiếng Anh, ông

"Tôi rất muốn có một cô bạn gái dễ thương."

ngoại thì lại không nói tiếng Pháp, vậy nên họ không nói chuyện gì mấy. Nhưng tôi đã học được từ việc câu cá một điều rất hay: đôi khi bạn không cần phải nói chuyện. Ha ha.

Từ bé tôi đã nói cả tiếng Anh lẫn tiếng Pháp nên tôi có thể phiên dịch khi cần.

Ông ngoại sẽ nói, "Hỏi xem cụ đã đói chưa."

Thế là tôi nói, *Aver-vous faim?*

Cụ ngoại sẽ gật đầu lia lịa. *Mais oui, j'ai très faim.*

Nhưng, nói chung thì họ đều biết những từ quan trọng. Cá, *poisson*. Thuyền, *bateau*. Nước, *l'eau*. Cảm ơn, *merci*. Không có gì, *pas de quoi*. Tôi đi tè đây, *j'ai envie de faire pipi*. Để kết thân bạn còn cần gì hơn thế chứ?

"Câu cá không phải một chủ đề để nói chuyện. Nó cứ thế diễn ra thôi," ông tôi bảo vậy, và tôi thấy có vẻ như rất nhiều thứ trên đời này cũng thế. Ý tôi là, cứ thử nghĩ mà xem, sẽ dễ chịu biết bao nếu bạn có thể đi chơi với ai đó mà không phải nói chuyện xã giao cho không khí đỡ ngượng nghịu. Tôi ghét cay ghét đắng khi đi hẹn hò mà cả hai người phải cố sống cố chết tìm ra chuyện để mà nói. Bạn biết không, bạn chỉ cần thư giãn là mọi chuyện sẽ ổn thỏa cả - nghe nhạc, xem phim, làm bất cứ điều gì - chỉ cần bạn không cảm thấy mình buộc phải nói chuyện là được. Cứ tự nhiên thôi. Khi ấy, tự nhiên không khí sẽ thoải mái và cả hai người sẽ có chuyện ý nghĩa để nói. Scooter đã cho tôi một lời khuyên thông minh nhất khi đi hẹn hò mà bạn có thể cho một anh chàng hoặc một cô nàng: chỉ cần lắng nghe thôi. Nghĩa là *thực sự* lắng nghe điều người kia nói thay vì dành thời gian đó mà nặn ra bình luận hay ho gì để phát biểu tiếp.

Thế đấy. Những buổi sáng yên tĩnh trên mặt nước. Cuộc sống của tôi giờ đây chẳng còn nhiều giây phút như thế nữa. Tôi lao đi với tốc độ ánh sáng 24/7 - và tôi yêu điều ấy. Tôi biết ơn tất cả những may mắn và cơ hội đến với mình. Nhưng phải thú nhận rằng khi còn nhỏ, tôi đã từng mong mỏi một cuộc sống "bình thường" với một gia đình "bình thường", giờ thì điều đó sẽ không đời nào trở thành hiện thực được nữa. Có cả đống người vây quanh tôi ở bất cứ nơi đâu tôi bước chân tới, điều này đôi khi làm khó cho gia đình tôi. Tôi rất muốn có một cô bạn gái dễ thương, nhưng cô ấy sẽ phải chịu đựng tất cả những điều ấy. Bạn sẽ không phải nghe tôi phàn nàn về cuộc sống của mình đâu, nhưng tôi mong rằng một ngày nào đó tôi sẽ được đi thuyền trên hồ Star với đứa cháu, vừa cuộn dây câu bắt con cá hồi nâu vừa kể chuyện, rằng đêm xuống cả nhà đã ngồi bên đống lửa ra sao, rằng mọi người đã vừa cười vừa nói thế nào, như chúng tôi vẫn làm vào bữa tối Giáng sinh.

justinbieber chẳng cảm giác nào tuyệt hơn là được trở về nhà, thấy ông bà đang đứng đó đợi bạn. không chút phán xét, chỉ đơn thuần là tình yêu.

20:24 13/06 qua Web

GIÁNG SINH CÙNG ĐẠI GIA ĐÌNH

Đã thành truyền thống, chúng tôi luôn tập trung ở nhà ông bà từ đầu giờ chiều. Bà sẽ dựng cây thông lên rồi trang trí bằng đám đồ lôi từ gác xép xuống. Mọi người bắt đầu đến dần dần, và tới giờ ăn tối thì đã khá đông. Mà không chỉ có các ông bà con cháu vẫn thường xuất hiện đâu. Gia đình lớn nhà tôi quả thực rất... ừm, tôi nghĩ từ "lớn" là đủ để mô tả rồi.

Thế này nhé, cha đẻ ra mẹ tôi đã qua đời khi mẹ còn bé tí xíu, thế nên dù ông ngoại chẳng khác nào một người bố thực sự với mẹ nhưng nói đúng ra ông chỉ là cha dượng, ông lấy bà ngoại khi mẹ lên hai, thành ra mẹ có một anh ruột và một anh kế, cả hai đều tên là Chris, vì ông có tới mấy đứa con riêng từ cuộc hôn nhân trước. Sẽ thật tội nếu mấy người con riêng ấy cùng con cái mình không được ở bên cha/ông nội vào Giáng sinh, vậy nên vợ cũ của ông ngoại cùng chồng bà ấy cũng đến cùng các con họ, và cả anh chị em ở bên này, rồi con riêng của bên kia, vậy là sau một lúc thì khó mà hiểu được người anh chị em họ nào là con của cô bác nào, hay ai là con riêng của ông bác, hay đứa nào là cháu của dì của con riêng của ông ngoại - để rồi rốt cuộc bạn nhận ra rằng chuyện ấy thực sự không cần thiết.

Chúng tôi là một gia đình.

Tất cả chúng tôi cùng ngồi xuống dùng bữa tối Giáng sinh, và nói cho bạn nghe nhé, bà ngoại tôi nấu bữa tối Giáng sinh *đỉnh của đỉnh*. Gà tây rưới nước xốt. Ước gì tôi có cả máng đầy món đó trên xe buýt sau mỗi sô diễn. (Diễn càng lâu chúng tôi càng đói ngấu.) Ngon cực kỳ. Cả nhà ăn no đến mức lăn kềnh ra. Rồi chúng tôi chơi trò tung xúc xắc trao đổi quà. Ai đến cũng mang theo một món quà. Nếu là nữ thì mang một món quà cho nữ; là nam thì mang quà cho nam. Như thế thì số lượng quà cho mỗi bên mới phù hợp. Lần lượt đổ xúc xắc, nếu bạn đổ hai xúc xắc cùng số điểm thì bạn sẽ được lấy một món quà. Nếu đổ tiếp mà vẫn được hai xúc xắc trùng điểm, bạn được lấy một món quà của người khác. Thể nào cũng có nhiều lời cợt nhả, nhưng không ai thực sự giận cả, vì ta đâu biết có gì trong giấy gói nên sao phải bận tâm nếu có kẻ cuỗm mất quà của ta? Bạn được đổ lượt nữa, và trò chơi cứ thế tiếp diễn cho đến khi ai nấy đều có quà của mình. Sau đó chúng tôi cùng mở quà và rốt cuộc vẫn trao đổi quà cho nhau.

Gia đình tôi là như thế đó. Có gì cho nấy. Nếu món quà này không phải thứ bạn cần thì có lẽ món quà đằng kia sẽ hợp, vả lại, có khi món quà đầu tiên bạn bốc được lại chính là thứ ai khác đang cần chẳng hạn. Không phải lúc nào bạn cũng đạt được điều mình muốn. Nhưng nếu may mắn, bạn sẽ có cái mình cần. Và tôi là người may mắn. Cùng với rất nhiều phúc lành khác, tôi có gia đình mình - như chính bản thân họ lúc này. Và giờ gia đình lớn của tôi còn nở rộng hơn, có Scooter, Carin, Kenny, Ryan, Dan và rất nhiều người khác mà chút nữa thôi tôi sẽ kể cho bạn trong cuốn sách này.

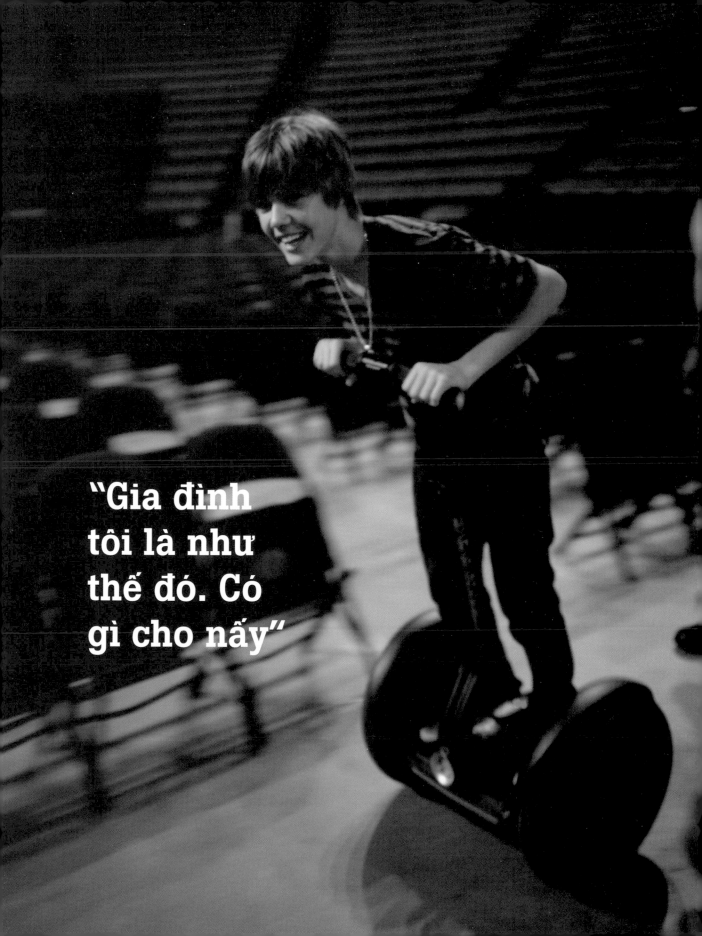

"Gia đình tôi là như thế đó. Có gì cho nấy"

DOWN TO EARTH

Tôi viết ca khúc "Down to Earth" từ vài năm trước và đã rất háo hức khi thu âm bài hát vào album *My World*. Các fan thích thú vô cùng. Vậy là nhiều người đã cảm nhận được tôi từ đâu đến. Bài hát không đòi hỏi bất kỳ hiệu ứng sân khấu ngoạn mục nào trong buổi diễn; tôi chỉ cần cất lên tiếng hát từ trái tim. Tôi không sợ phải thể hiện cảm xúc của mình; nếu bạn yêu ai thì hãy nói với họ. Nếu bạn thấy một cô gái đẹp thì hãy nói với cô ấy điều đó. Anh Usher bảo có những bài hát nghe sẽ rất truyền cảm nếu giọng ca sĩ có chút thổn thức. Ta phải truyền cảm xúc sâu lắng vào giọng hát. Và đó là cách tôi cảm nhận về bài hát này. Đôi khi nó khiến tôi trào nước mắt.

No one has a solid answer.
We're just walking in the dark.
And you can see the look on my face,
It just tears me apart...
So we fight through the hurt
And we cry and cry and cry and cry
And we live and we learn
And we try and try and try and try

" 'Hãy nhìn vào mặt tốt,' ông tôi bảo vậy."

Rốt cuộc gia đình vẫn là gia đình. Nếu bạn tưởng là mình kỳ quặc vì có một gia đình không bình thường thì tôi có tin mới cho bạn đây: hầu như không ai có gia đình bình thường sất. Thực ra, tôi chẳng biết có thứ gì được gọi là gia đình "bình thường" không nữa, và nếu có một gia đình như thế thật thì có lẽ ở đó toàn những người chán chết. Nếu không chán thì cũng rất đáng sợ. Nghiêm túc đấy, vì tôi cảm giác ngồi ăn tối với một Gia Đình Hoàn Hảo sẽ rất chi rùng rợn. Cả buổi bạn sẽ băn khoăn mãi rằng họ không thể hoàn hảo đến thế được, có lẽ họ đang lăm lăm con dao đồ tể dưới gầm bàn để chuẩn bị xẻo thịt mình chăng, hay có khi họ đang xích người đưa thư dưới tầng hầm cũng nên. Mọi gia đình - kể cả những nhà nhìn bên ngoài có vẻ hoàn hảo - đều có vấn đề ở mức độ nào đó. Quan trọng là ta ứng phó với vấn đề thế nào.

"Hãy nhìn vào mặt tốt," ông tôi bảo vậy.

Ở nhà chúng tôi, đám trẻ con biết mình được yêu thương, và hầu như mọi người đều có thể vượt qua chính mình và giữ vẻ điềm tĩnh. Ta cứ yêu thương và chấp nhận tính cách của mọi người thôi. Ta tha thứ cho người và mong người sẽ tha thứ cho ta, bởi vì Chúa thứ tội cho chúng ta tới sáu trăm lần mỗi ngày mà Ngài có bao giờ ngồi la cà kể lể về điều ấy đâu.

 So it's up to you and it's up to me
That we meet in the middle
On our way back down to earth…

Bố tôi hầu như lúc nào cũng đi công tác, và đúng thế, đôi khi tôi căm ghét điều đó. Bố cũng không thích thú gì. Nhưng trong cuộc đời này, ta nhận ra rằng thế giới không hoàn hảo, và nếu cứ theo ý ta thì lúc nào chúng ta cũng ở bên nhau mất. Mẹ tôi cũng chán ghét chuyện này, vì làm một bà mẹ đơn thân chưa bao giờ là việc dễ dàng cả, nhất là mẹ của một thằng quỷ con như tôi. Có những lúc tôi nghĩ "Giá như thế này, giá như thế kia thì sao?" hoặc là "Đáng lẽ chuyện đã có thể vân vân, vân vân và vân vân."

Nhưng ngay lúc này đây, cuộc sống của tôi đang diễn ra rất trôi chảy và mỗi sáng thức dậy tôi đều thấy biết ơn vì những may mắn mình nhận được.

> **"Tôi vô cùng khâm phục cách mẹ học được từ sai lầm, sắp xếp lại cuộc sống cho mình và xây dựng cuộc sống cho tôi."**

Em trai mới sinh Jaxon và cô em gái Jazmyn của tôi là hai trong số những may mắn ấy, chúng là con của bố tôi với người vợ mới và là những đứa trẻ dễ thương nhất quả đất. Tôi sẵn sàng làm bất cứ chuyện gì vì hai đứa.

Vì lúc nào cũng phải di chuyển, tôi sẽ không ở bên chúng nhiều như tôi muốn khi chúng lớn lên, nhưng chúng sẽ luôn biết tôi là anh cả và tôi yêu chúng. Tôi sẽ không đời nào đổi chúng lấy bất kỳ "giá như" hay "đáng lẽ" nào trên đời.

Mẹ đã rất thẳng thắn và thành thật với tôi về những quyết định của mẹ khi ở vào tuổi tôi, vài lựa chọn không hay cho lắm đã khiến cuộc sống của mẹ tôi và gia đình thêm khó khăn. Mẹ đã bắt đầu đi nhà thờ từ trước khi sinh tôi, và điều ấy đã dần trở nên vô cùng ý nghĩa với mẹ. Mẹ tôi đã có thể nhìn ra kiểu người và kiểu bà mẹ mà mẹ muốn trở thành.

Sau khi có tôi, mẹ phải làm việc quần quật suốt ngày, nhưng không bao giờ mẹ kêu ca. Mẹ để tôi tự do là chính mình nhưng vẫn nghiêm khắc giám sát tôi, cứng rắn giữ kỷ luật và dạy dỗ tôi tầm quan trọng của việc luôn làm điều hay lẽ phải và tin vào Chúa. Tôi vô cùng khâm phục cách mẹ học được từ sai lầm, sắp xếp lại cuộc sống cho mình và xây dựng cuộc sống cho tôi.

ĐÔI TÌNH NHÂN NGANG TRÁI

Năm 1996, khi tôi hai tuổi, nhóm The Cardigans có hit khủng "Lovefool", đĩa đơn chủ đạo trong album *First Band on the Moon* của họ. Bài hát xuất hiện trong bộ phim chuyển thể cũng hay chẳng kém từ vở kịch *Romeo và Juliet* của Shakespeare. Anh chàng nào cũng có thể thấy mình trong Romeo: cố hết sức để tỏ ra cool trước mặt bạn bè nhưng lại không thể ngừng liếc ngang liếc dọc các cô gái xinh đẹp khắp thành Verona, để rồi cuối cùng trở thành nạn nhân của một trong những cơn cảm nắng chết người của mọi thời đại.

 My friends say I'm a fool to think that you're the one for me.
I guess I'm just a sucker for love…

Tôi là thế đó. Hoàn toàn mê muội vì yêu. Đó không phải điều xấu. Thằng dở hơi nào mà lại không muốn yêu chứ? Tôi cá 95% cậu chàng mười sáu tuổi sẽ thú nhận cứ ba phút lại có tới bốn mươi lăm lần nghĩ về các cô gái. (5% còn lại toàn nói dối.) Ai cũng muốn yêu, và có gì đó rất đáng nói trong chủ đề của Romeo và Juliet - câu chuyện về đôi tình nhân ngang trái không đến được với nhau chỉ vì lời nói của những người khác.

"Một câu chuyện kinh điển," anh Dan Kanter bảo vậy. (Anh là tay chơi guitar chính kiêm đạo diễn âm nhạc của tôi - và có lẽ là anh chàng tốt bụng nhất thế giới). "Có thể viết thành nhạc được."

Dan trông như phiên bản hồi trẻ của Paul Simon và chơi nhạc thì giống như… giống… ừm, anh chơi nhạc giống Dan Kanter thôi. Tôi không nghĩ ra nên so sánh với cái gì nữa. Có lẽ là một sự pha trộn giữa Fergie và Jesus. Anh có bằng cử nhân về phân tích và soạn nhạc và hiện đang học lấy bằng thạc sĩ về âm nhạc học.

"Không phải một chứng chỉ về biểu diễn đâu," anh giải thích. "Mà là về âm nhạc trong xã hội. Anh cố không nghĩ đến lý thuyết khi lên sân khấu, nhưng nhạc cổ điển đã dạy anh rằng lịch sử nghệ thuật là một quá trình liền mạch, giờ thì nó đang tan rã và anh thấy điều đó rất thú vị."

Hiểu được khôngggg??? Tôi không chắc anh ấy đang nói gì cho lắm nhưng rõ ràng là Dan rất thông minh. Có lẽ anh ấy đang cố diễn đạt rằng âm nhạc là một phần cuộc sống của chúng ta, rằng nó giống như dòng thời gian. Khi nhìn lại, tôi cũng thấy được dòng chảy âm nhạc ấy, cả triệu ca khúc tuyệt vời phát trên radio và đi qua đầu tôi trong nhiều năm, và thi thoảng một bài lại bật lên trong đầu khi tôi đang làm gì đó, vì âm nhạc là một phần của tôi.

Tom thật sự tiếp thu những tưởng tượng của chúng tôi để thiết kế một cảnh mở màn hay ho kinh khủng, tôi không muốn phá vỡ tính bất ngờ đâu, nhưng mà tôi sẽ hiện ra từ màn sương và hát bài "Love me". Phần mở màn này khiến tôi trông cool hết sức.

"Tôi sẽ hiện ra từ màn sương và hát bài 'Love me'. Phần mở màn này khiến tôi trông cool hết sức"

HÒA NHỊP

Trở lại hồi năm 1996, khi tôi mới hai tuổi, mẹ kể rằng tôi rất mê nhịp điệu. Tôi nghĩ cũng phải thôi. Trước khi biết về bất kỳ việc gì khác, bạn phải biết về nhịp điệu cái đã. Mẹ tôi thích nhạc pop và vặn đài rất to khi ở trên xe. Ở nhà, mẹ lại bật dàn âm thanh nổi lên nghe Boyz II Men hoặc Michael Jackson. Còn tôi thì ầm ĩ đập bất cứ thứ gì ở gần mình - nồi niêu xoong chảo, bát đĩa nhựa, bàn ghế - bằng bất cứ thứ gì đang cầm trong tay. Như là thìa, điện thoại hay chính nắm tay tôi. Mẹ mua cho tôi một bộ trống đồ chơi nhỏ, có lẽ là để tôi khỏi phá nhà phá cửa, và tôi cứ dộng thình thình vào đó cho đến lúc có người để ý thấy thực ra tôi đang chơi thành nhịp điệu hẳn hoi.

Mẹ tôi vốn là một người vô cùng đáng yêu, hoạt bát và hơi hâm hâm, vậy nên luôn có kha khá người thú vị, yêu thích nghệ thuật đến nhà chúng tôi chơi. Tôi nghĩ những người yêu nghệ thuật không đủ tiền đi đâu thường có khuynh hướng tụ tập ở phòng khách của người cool nhất, ngồi chơi guitar, nói chuyện triết lý và làm đủ chuyện khác nữa, đó chính là phòng khách nơi tôi lớn lên. (Tôi cũng nhận ra rằng vì mẹ tôi độc thân nên những ông đó có lẽ còn đến để tán tỉnh mẹ, nhưng nhắc lại: chủ đề này khiến tôi phát hoảng. Sẽ không đào sâu thêm).

Ở nhà thờ mẹ tôi đi lễ, người ta chơi nhạc rất nhiều trong lúc cầu nguyện, và phần lớn nhạc ở đó được một ban nhạc lễ đương đại hát đệm. Các thành viên ban nhạc là bạn của hai mẹ con, và thỉnh thoảng khi đi chơi với họ, người chơi bộ gõ lại để tôi nghịch những nhạc cụ khác nhau của chú ấy. Khi thấy tôi thích nghịch - mà không chỉ là nghịch - chú đặt tôi lên lòng mình trong lúc chú chơi trống, rồi một lát sau, chú đưa tôi đôi dùi để tôi thử.

Lúc bốn, năm tuổi, tôi đã có thể leo lên ghế đẩu tự mình đánh trống, và cũng khoảng thời gian đó, tôi khám phá ra mình còn có thể leo lên ghế băng nện bừa trên phím đàn piano.

Ai nấy đều ngạc nhiên vì những âm thanh ấy nghe cũng bắt đầu giống âm nhạc thật sự.

Đây có lẽ là lúc thích hợp để dừng lại nói thêm rằng nếu đời bạn xuất hiện một đứa nhóc lắm chuyện - em trai bạn hoặc một đứa nào đó bạn phải trông nom chẳng hạn - luôn muốn tạo tiếng động và giả vờ chơi nhạc, tôi mong bạn hãy chịu đựng nó. Bởi vì đến một lúc nào đó, thằng bé sẽ không còn nghịch nữa. Nó sẽ *chơi nhạc*. Trẻ con cần được cho phép làm những việc chúng không giỏi. Nếu không thì chúng còn học được bằng cách nào nữa?

Nhân tiện nói luôn rằng bạn cũng cần cho phép chính mình làm những việc bạn không giỏi. Đừng bận tâm người khác sẽ nghĩ gì về việc bạn đang làm. Hãy dám làm một gã trượt ván tệ, một kẻ dựng video xoàng hay một tay chơi golf dở ẹc. Nếu chỉ làm những thứ mình giỏi, chúng ta sẽ không bao giờ học được cái mới. Hãy nghĩ đến tất cả những cơ hội tuyệt vời đã lướt qua đời ta chỉ bởi vì ta quá nhát gan không dám khám phá, không dám để mình hiện lên như một thằng ngốc. Hãy mắng đám người hay chê bai một trận, họ chẳng biết làm gì tốt hơn việc chế nhạo những người dũng cảm dấn thân. Hãy ra khỏi khu vực bạn thấy thoải mái và nỗ lực đạt tới một điều gì đó. Nếu không thử thì bạn sẽ không đời nào biết được.

Huyên thuyên đủ rồi. Quay trở lại lúc tôi năm tuổi nào.

Tôi chơi trống ngày càng khá và đánh piano cũng không đến nỗi tệ. Vậy nên mẹ tôi và một người bạn nhạc sĩ của mẹ là Nathan McKay - ông bà tôi gọi chú là "Vua Sư Tử" vì bộ râu rậm rịt to đùng của chú - quyết định rằng tôi cần có một bộ trống của riêng mình. Nathan, tức "Vua Sư Tử", cùng một nhóm bạn tổ chức một sự kiện bán vé nho nhỏ ở quán bar địa phương, họ chơi nhạc và quyên góp để lấy tiền mua cho tôi một bộ trống thật sự đầu tiên với trống cái, trống con, các tum trầm, xập xỏa, chũm chọe đủ cả. Tôi phát cuồng vì nó. Giờ thì mẹ phải vặn dàn âm thanh nổi thật to để tôi chơi cùng.

> **"Bạn cũng cần cho phép chính mình làm những việc bạn không giỏi."**

Hè năm đó, vài thành viên trong ban nhạc nhà thờ biểu diễn ở hội chợ và mời tôi chơi trống cùng, nhưng vì tôi quá bé nên người MC không trông thấy tôi ngồi đó sẵn sàng chơi. Anh ta nói, "Hừm, tôi thấy các anh mang dàn trống đến, thế còn người chơi trống đâu?" Tôi gõ vài nhịp thật chất cho anh ta thấy - bùm-chát-chát-cheng - anh ta bèn nhổm người nhìn vào thì thấy tôi đằng sau cây chũm chọe. Anh ta liền quay qua khán giả, "Thật không

tin nổi thưa quý vị. Không thể nào! Có một cậu nhóc đội mũ ngược ở đằng sau."

Tôi tiếp tục chơi và ngày càng tiến bộ trong những năm sau đó. Lúc ấy là vào khoảng năm 2000, 2001, các bạn biết thế nghĩa là gì rồi đấy.

Beyoncé.

Destiny's Child phóng vút lên từ Houston và làm tất cả chết mê chết mệt với "Survior" và "Bootylicious". Cùng năm đó, tôi nghe "Fallin'" của Alicia Keys, để rồi nghe đi nghe lại không chán. Usher khiến ta điếng người với "U Remind Me". Missy "Misdemeanor" Elliot quay một video cực cool cho "Get Ur Freak On", và bản hát lại "Lady Marmalade" quá khủng của Christina Aguilera, Lil' Kim, Mya và Pink. Ngoài ra, chúng ta còn được nghe Outkast, Nelly, Uncle Kracker, Mary J. Blige - tóm lại, đó là một năm được mùa của âm nhạc.

CẢM NHẠC

Lên sáu, tôi đi học lớp một tại trường Công giáo Jeanne Sauvé của Stratford, nhưng cứ sau giờ học tôi lại chúi đầu vào chơi trống và học nhạc qua đài. Tôi cũng mày mò chơi đàn piano nữa. Lúc ấy tôi không biết đọc nhạc (tôi mới chỉ bắt đầu học chữ thôi), mà mẹ lại không có tiền cho tôi đi học thứ ấy, nhưng tôi biết mình muốn âm nhạc khi cất lên phải nghe như thế nào. Tôi cảm nhận được khi hợp âm và giai điệu không khớp nhau, giống như cách bạn cảm giác thấy giày đi nhầm bên chân vậy. Tôi cứ thế mày mò thử nghiệm đến khi như ý thì thôi. Khi lắng nghe âm nhạc vang lên trong nhà thờ, tôi có thể cảm thấy những hòa âm đó lơ lửng trong không khí như hơi ẩm. Việc học nhạc một cách bài bản không còn là vấn đề nữa: dường như âm nhạc đã thấm vào da thịt tôi. Tôi không biết phải miêu tả thế nào khác.

Khi vừa đủ lớn để vòng tay ôm guitar, tôi bắt đầu học chơi cả nhạc cụ đó nữa. Bạn phải luyện cho bàn tay thật khỏe, vì chừng nào các đầu ngón tay bạn còn chưa chai sần hết cả, việc bật dây đàn sẽ giống như sờ vào lưỡi dao cạo. Có lẽ điều ấy sẽ khiến nhiều người nhụt chí. Lúc bắt đầu học chơi guitar, họ nghĩ thế này, "Ái chà, chơi guitar cũng hay ra phết nhỉ. Trông có vẻ khá dễ." Sau khoảng ba mươi phút thì, "Ái! Đau quá đi mất." Thế là họ bỏ ngang, quên tiệt việc chơi guitar có vẻ hay ho thế nào.

Vấn đề là, nếu tiếp tục kiên trì, bạn sẽ nhanh chóng quen với nó, và rồi bạn sẽ cứ thế ngồi bật bông vu vơ trong khi xem ti vi hay chờ ăn tối. Hoặc khi ngồi trong phòng, bị phạt vì đã cãi lại mẹ. Nhưng

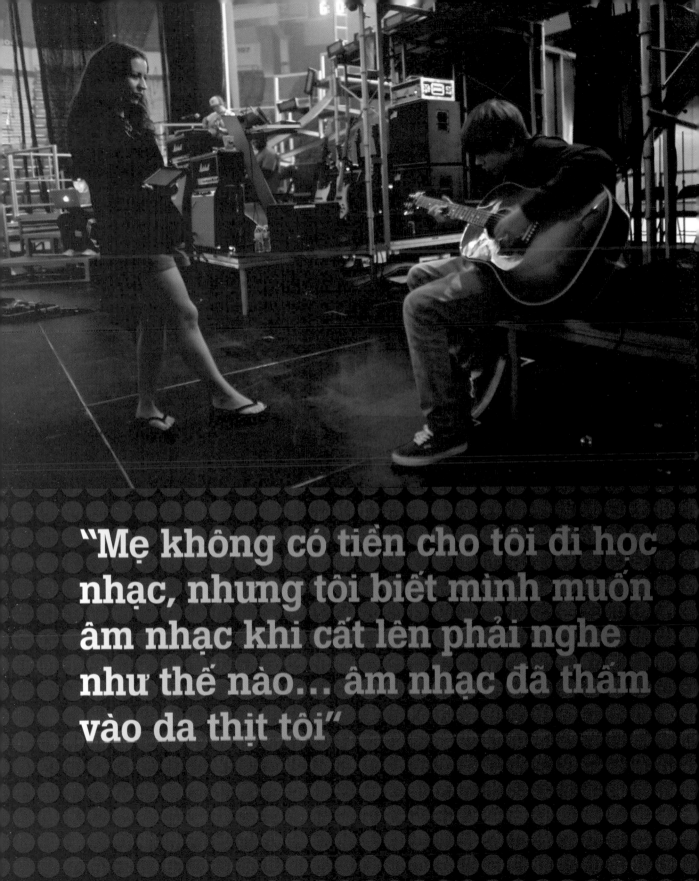

"Mẹ không có tiền cho tôi đi học nhạc, nhưng tôi biết mình muốn âm nhạc khi cất lên phải nghe như thế nào... âm nhạc đã thấm vào da thịt tôi"

chúng ta không cần đi sâu vào vấn đề đó. Quan trọng là tôi chơi guitar vì nó vui, và đến lúc tám hay chín tuổi thì tôi chơi đã rất khá.

Vui nhất là những lúc bố đến ngồi chơi guitar ở phòng khách nhà chúng tôi, cùng những người khác. Bố tôi không hâm mộ nhạc pop lắm. Bố thích classic rock và heavy metal hơn. Bố dạy tôi những bản như "Knockin' on Heaven's Door" và vài bài khác của Dylan, hướng cho tôi thích Aerosmith, Metallica và Guns 'N' Roses, để rồi từ đó tôi nghe (và kính trọng) những huyền thoại như Jimi Hendrix và Eddie Van Halen. Bố tôi còn dạy tôi chơi "Smoke on the Water" của Deep Purple, và đến giờ tôi vẫn nhớ. (Bạn nên nghe thử xem Dan Kanter và tôi chơi bản nhạc đó phê đến thế nào.)

Để chơi metal, hay thậm chí các bản pop metal những năm 1980 của Journey và Twisted Sister, bạn phải biết về cái gọi là hợp âm mạnh, bố tôi cũng dạy tôi vài mánh. Bố chỉ cho tôi cách chơi hợp âm chặn, ta phải đặt ngón trỏ chặn ngang tất cả các dây đàn, đẩy hợp âm lên phía trên cần đàn một chút. Về cơ bản ta vẫn đánh cùng hợp âm ấy, chỉ có cung là khác thôi, nhờ thế mà ta có thể chơi bài hát ở bất cứ quãng nào hợp với giọng mình. Khi đã biết dạng cơ bản của hợp âm chặn năm hay sáu dây rồi thì ta có thể chơi hầu như bất cứ bài nào trên đời. Lấy lời bài hát từ trên mạng, lắng nghe những đoạn đổi hợp âm và chuỗi hợp âm khoảng năm, sáu lần, rồi bắt đầu đánh. Bạn chính là Green Day. Chỉ trong phòng bạn thôi, ý tôi là thế.

ROCKIN' ROBIN[1]

Ban đêm, trong phòng mình, tôi là Metallica và Matchbox 20, nhưng ban ngày, ở trường, tôi chỉ là tôi thôi. Không ai ở trường biết đến mặt khác trong cuộc sống của tôi. Tôi là một thằng nhóc mê khúc côn cầu như tất cả chúng bạn, và tôi thích thế. Tôi đã sẵn có vẻ hơi lập dị rồi, vì trường Công giáo Jeanne Sauvé hoàn toàn đắm chìm trong tiếng Pháp. Từ "đắm chìm" miêu tả chính xác thực tế đấy. Ở trường tôi bạn sẽ đắm chìm trong tiếng Pháp. Họ không nói một từ tiếng Anh nào luôn. Cứ nghĩ bạn phải học nói cả tiếng Pháp trong lúc vẫn phải học cộng trừ và vô thiên lủng các thứ như ở những trường bình thường mà xem.

Ở ngôi trường tiếng Pháp này, tôi có rất nhiều bạn, nhưng khi lên bảy hay tám tuổi gì đó, tôi bắt đầu chơi giải khúc côn cầu trong nhà với một nhóm mấy đứa học trường công nói tiếng Anh. Chúng đã sẵn nghĩ tôi là một thằng lập dị nói tiếng Pháp rồi, tôi chẳng cần thêm danh hiệu kẻ lập dị chơi nhạc nữa. (Dĩ nhiên, giờ thì tôi rất mừng là mình nói được tiếng Pháp, bởi vì, công nhận đi, các cô gái mê mẩn đàn ông nói tiếng Pháp. Không phải tình cờ mà người ta gọi nó là ngôn ngữ của tình yêu đâu nhé. Vả lại tôi cũng rất yêu các fan người Pháp của mình nữa! *Très jolie!*[2])

Những người bạn thân nhất của tôi - kể từ hồi đó đến tận bây giờ - đều là bạn chơi khúc côn cầu, đặc biệt là Chaz Somers và Ryan Butler, và ôi trời, hồi đó mới vui làm sao chứ!

---

1. Một bài hát từ năm 1958, được Michael Jackson cover lại năm 1972 trong album solo đầu tiên *Got to be there* và trở thành hit lớn nhất của album.
2. Tiếng Pháp, nghĩa là "Rất đáng yêu!"

Đám nhóc chúng tôi ngày ấy không hề hư, nhưng đôi khi bọn tôi vui chơi hơi quá đà. Cả lũ xuống tầng hầm nhà ông bà ngoại tôi để xem ti vi, nhưng rốt cuộc lại xoay ra chơi kickball bằng gối tựa sofa, đá bóng tới lui hoặc gần như bóp cổ nhau bằng những động tác đấu vật nhà nghề. Chúng tôi chưa từng làm hỏng cái gì lớn cả, nhưng cũng có vài tổn thất nho nhỏ. Vài cái đèn hy sinh. Và trong số đám chiến tích săn bắn của ông ngoại có con cáo nhồi bông bị rụng mất cẳng một cách đầy bí ẩn.

"Mấy đứa có biết gì về chuyện này không?" ông hỏi.

Cả lũ giương đôi mắt ngây thơ cụ lên nhìn ông. "Không. Không ạ, thưa ông. Không phải chúng cháu đâu ạ."

Có lần, bọn tôi lẻn ra ngoài đạp xe lúc hai giờ sáng, sau đó bị cảnh sát tóm cổ đưa về nhà. Vì chuyện đó, mẹ tôi nổi cơn thịnh nộ và phạt tôi phải ở trong nhà mấy tuần liền, nhưng nhờ thế mà tôi có thời gian tập đánh hợp âm chặn và vài đoạn riff cực hay, cũng như học thêm những bài hát mới.

Chúng tôi gọi Ryan là "Mông Đẹp", có lẽ Ryan không thích cái biệt danh ấy cho lắm, nhưng xin lỗi nhé chiến hữu, họ của cậu có chữ "butt" - "cái mông" ở đấy thì bảo sao người ta không nghĩ ngay đến cái tên đó? Lũ nhóc chín tuổi luôn thấy từ "cái mông" rất buồn cười. Thật ra, tất cả mọi người đều thấy từ đó buồn cười. Có vài chuyện bạn không tài nào kiểm soát được, trong đó có tên bạn. Những chuyện khác - chẳng hạn như tự động phun ra rằng đôi khi bạn vẫn đứng trước gương nhà tắm giả vờ mình là Michael Jackson và cầm máy sấy nghêu ngao "Rockin' Robin" - chuyện đó thì bạn có thể, và có lẽ là nên giữ cho riêng mình thôi.

Nói vậy không có nghĩa là tôi từng làm thế… nhiều.

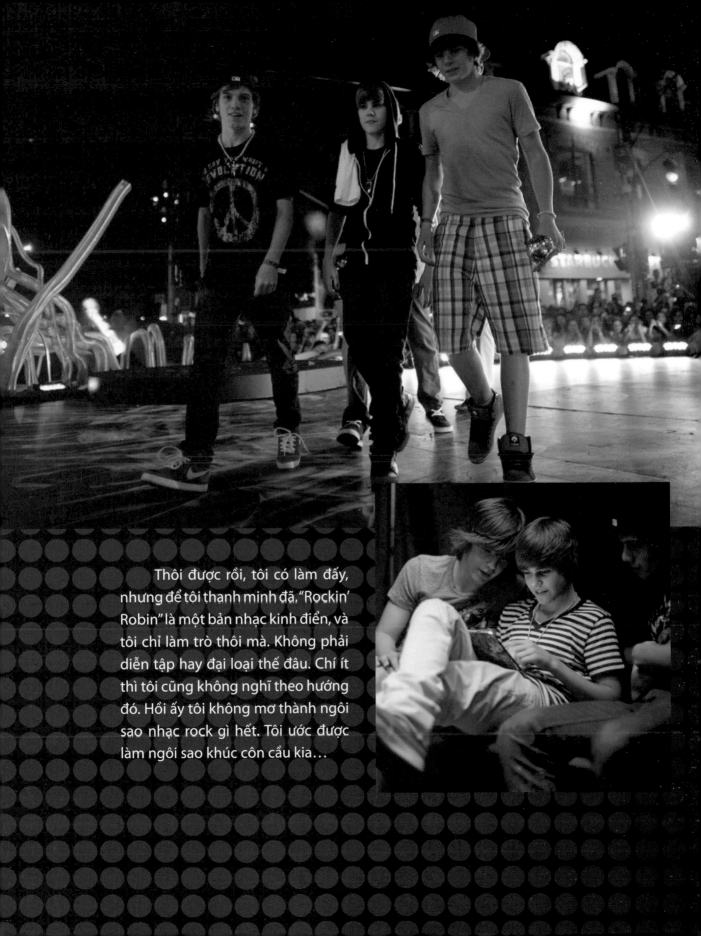

Thôi được rồi, tôi có làm đấy, nhưng để tôi thanh minh đã. "Rockin' Robin" là một bản nhạc kinh điển, và tôi chỉ làm trò thôi mà. Không phải diễn tập hay đại loại thế đâu. Chí ít thì tôi cũng không nghĩ theo hướng đó. Hồi ấy tôi không mơ thành ngôi sao nhạc rock gì hết. Tôi ước được làm ngôi sao khúc côn cầu kia…

CHƯƠNG 3

NGÔI SAO STRATFORD

Jamaica Craft, biên đạo múa tuyệt vời của chúng tôi, khởi nghiệp từ đường phố. Chưa bao giờ học nhảy bài bản. Chị chỉ nhảy theo cách mình cảm nhận, và mọi người say mê ngắm nhìn. Số người say mê ấy khá đông đấy. Khoảng mười năm trước, chị bắt đầu nhảy chuyên nghiệp, và vài năm sau, các ngôi sao bắt đầu đến gặp chị đề xuất, "Cô dựng màn nhảy này cho tôi nhé?" Thiên tài. Jamaica làm gì trông cũng giống như khiêu vũ vậy. Kể cả khi chị chỉ đứng nói chuyện loanh quanh, những ngón tay sơn màu chanh tươi của chị cũng như nhảy múa. Nếu bạn hỏi sao chị làm được thế, chị chỉ nhún vai, "Chỉ cần lắng nghe bản thu thôi. Nó sẽ bảo ta phải làm gì."

Hôm tôi gặp Jamaica, chị bị rạn xương một bên bàn chân. Chị thậm chí còn không nhớ sao mình lại bị thế. Lúc ấy chị chỉ đang đứng nói chuyện với Scooter thôi, thế là rắc, chị phải nghỉ mười hai tuần. Đứng giữa nơi sắp sửa diễn ra buổi hòa nhạc, chị đôn đốc tôi ôn lại màn bay lượn (xin lỗi các bạn vì đã làm mất tính bất ngờ) cùng Nick và Mike, hai vũ công nhảy nền.

"Vũ công cũng giống như vận động viên vậy," Jamaica nhắc nhở chúng tôi. "Chúng ta không được nuông chiều như vận động viên. Ta không có nhân viên mát xa nào ở đây. Ta không được đi chăm sóc ở spa sau buổi diễn. Nhưng chúng ta có thể bị đau như các vận động viên. Các cậu phải tự chăm sóc lấy bản thân mình. Và để ý lẫn nhau."

Ý thức rõ điều đó, chúng tôi luyện tập mười hai tiếng mỗi ngày. Chúng tôi phải nắm rõ rất nhiều lưu ý về an toàn. Phần biên đạo đòi hỏi một màn tôi phải lộn ngược trong bộ giáp cách mặt đất chín

hỏi phải lao
động vất vả"

mét. Tôi cố tập cho thành thạo các động tác nhảy và biểu diễn - phải đứng đâu trên sân khấu, phải làm gì khi đi tới khu vực kia. Biểu diễn đòi hỏi phải lao động vất vả. Phần diễn của tôi kéo dài tới bảy mươi lăm phút, vậy nên không hề dễ dàng chút nào. Dù rất chăm luyện các bài tập về sức bền nhưng đến cuối buổi diễn tôi vẫn mệt rã rời. Trong vòng bảy mươi lăm phút ấy, tôi phải di chuyển khắp nơi. Không có một khoảnh khắc nào ngơi nghỉ. Chúng tôi tập mọi màn chuyển tiếp sao cho khán giả không buồn chán lấy một giây. Hơn năm trăm con người làm việc để đảm bảo buổi diễn diễn ra hoàn hảo.

Nick, Mike và tôi mặc áo giáp bay vào. Jamaica vỗ mông chúng tôi và nói, "Tiến lên." Nhạc từ bộ chỉnh âm nổi lên. Tôi bị kéo lên cao, cao, cao mãi cho đến khi chỉ cách giàn đèn khoảng ba mét. Cao đến nỗi tôi không dám nhìn xuống nữa. Có gì đó không ổn. Khi tôi chuẩn bị lộn nhào, chiếc áo giáp không ở đúng vị trí lẽ ra nó phải ở.

"Này mọi người? Này! Có ai không?"

Nhạc quá to. Không ai nghe thấy tôi.

"Mọi người! Ở đây có gì đó trục trặc rồi!"

Nick và Mike cũng đang lơ lửng hàng chục mét trong không trung, ai biết việc người nấy, thậm chí còn chẳng nhìn tôi. Tôi khoa chân múa tay, hy vọng ai đó sẽ đoán ra điều ấy có nghĩa là Cho tôi xuống! Ngay bây giờ! Nhạc dừng.

"Trên đó vẫn ổn cả chứ?" Jamaica hỏi.

"Không. Em sắp chết đây. Cho em xuống."

Chân đã chạm đất rồi mà tim tôi vẫn đập thình thình. Chết tiệt! Vụ này hơi chát đây. Chuyện có thể kết thúc trong bi kịch như chơi. Mẹ tôi đang hối hả băng qua sân vận động, vẻ mặt bật chế độ Các Bà Mẹ.

"Chuyện gì không ổn thế? Cái áo giáp an toàn hỏng hóc gì à?"

"Cậu ấy không sao đâu," Jamaica hét lớn. Chị đặt tay sau gáy tôi. "Em sẽ không sao đâu. Nó được treo rất chắc rồi. Em sẽ không ngã được. Chỉ là do một đoạn dây bị mắc vào đống dây mic nên vị trí có vẻ không được ổn lắm thôi."

"OK." Tôi muốn tỏ ra mình đang rất điềm tĩnh, nhưng tôi vẫn bảo chị mình cần ra ngoài nghỉ năm phút.

"Được thôi," chị bình tĩnh nói, rồi tháo móc ra khỏi chiếc áo giáp bay. "Nhảy nhót vẫn khiến mạch đập nhanh mà, nhưng rồi…"

"Không phải như chị nghĩ đâu."

"Ừ. Không phải như thế. Nhưng em sẽ không sao đâu."

"Trời ạ," tôi vừa bước xuống sân khấu vừa lẩm bẩm. "Thế mà mình từng nghĩ chơi khúc côn cầu mới nguy hiểm cơ đấy."

CÔ GÁI TÔI YÊU NHẤT

Chưa từng có thứ gì khiến mạch tôi đập rộn (theo nghĩa tích cực) như khúc côn cầu. Ờ thì, ngoại trừ Beyoncé, nhưng ấy là phải đến tận khi tôi khoảng mười hai tuổi cơ. Thế rồi đột nhiên, như thể một ngày nọ tôi mở mắt ra và nhận thấy quanh mình ngập tràn những cô gái đẹp, vậy là kể từ đó tôi không thể ngừng nghĩ về điều gì khác.

Lên mười hai, tôi rời khỏi trường chuyên Pháp để chuyển tới Northwestern, một trường công cấp hai ở Stratford. Cả Chaz, Ryan và tôi đều chuyển từ giải khúc côn cầu trong nhà sang giải cao hơn, đòi hỏi đi lưu đấu và ông ngoại vẫn thường lên xe buýt cùng tôi tới thi đấu ở những nơi xa. Chúng tôi vào sân chơi hết mình, để rồi trên đường về cả lũ quá háo hức vì chiến thắng nên làm loạn, hoặc quá chán nản rã rời vì thua cuộc nên đánh nhau.

> **"Một ngày nọ tôi nhận thấy quanh mình ngập tràn những cô gái đẹp."**

Đám cầu thủ chúng tôi ngồi phía đuôi xe, còn tất cả phụ huynh sẽ ngồi đằng trước, chẳng muốn biết chuyện gì đang diễn ra ở phía sau. Dĩ nhiên, phía sau chỉ có một đống nhóc tì đang tán chuyện thôi. Cả bọn đều rối lên vì lũ con gái, tá hỏa vì những biến đổi của cơ thể mình, và quan trọng hơn, kinh hoảng vì sự thay đổi của đám con gái, và dĩ nhiên, cả lũ đều là những thằng ngố lơ ngơ chẳng biết phải làm gì.

Tôi có lợi thế lớn là từ bé đến lớn đều sống trong thế giới toàn phụ nữ. Hai mẹ con tôi nói chuyện rất cởi mở về các vấn đề nên có lẽ tôi hiểu con gái hơn những thằng nhóc bình thường khác một chút. Tôi không ngại nói chuyện, đi chơi, ngắm nhìn và ừm, tán tỉnh con gái - nhưng tôi cũng biết khi nào thì không nên nói chuyện, đi chơi, ngắm nhìn và à ơi họ.

Vài cậu rốt cuộc lại làm cô gái nào đó tổn thương hoặc khiến cô ấy nổi điên lên, đó là bởi các cậu ấy quá cố gắng tỏ ra cool. Tôi không thế. Mẹ đã nhồi vào đầu tôi sự khác nhau giữa tự tin và ngạo mạn. Dù cố hết sức để tự tin chứ không ngạo mạn, nhưng không phải lúc nào tôi cũng thành công. Có lẽ đôi khi tôi cũng tỏ ra ngạo mạn, nhưng tôi cố cân bằng điều đó bằng cách là một anh chàng thực sự tử tế. Phần lớn thành công với người khác giới hóa ra lại nhờ một nguyên tắc đơn giản: đừng làm thằng đểu. Bạn không cần cố sức giả vờ mình quan tâm đến cảm xúc của một cô gái nếu bạn thật lòng quan tâm - điều này đúng không chỉ với các cô gái mà còn với tất cả mọi người.

"Phần lớn thành công với người khác giới hóa ra lại nhờ một nguyên tắc đơn giản: đừng làm thằng đểu"

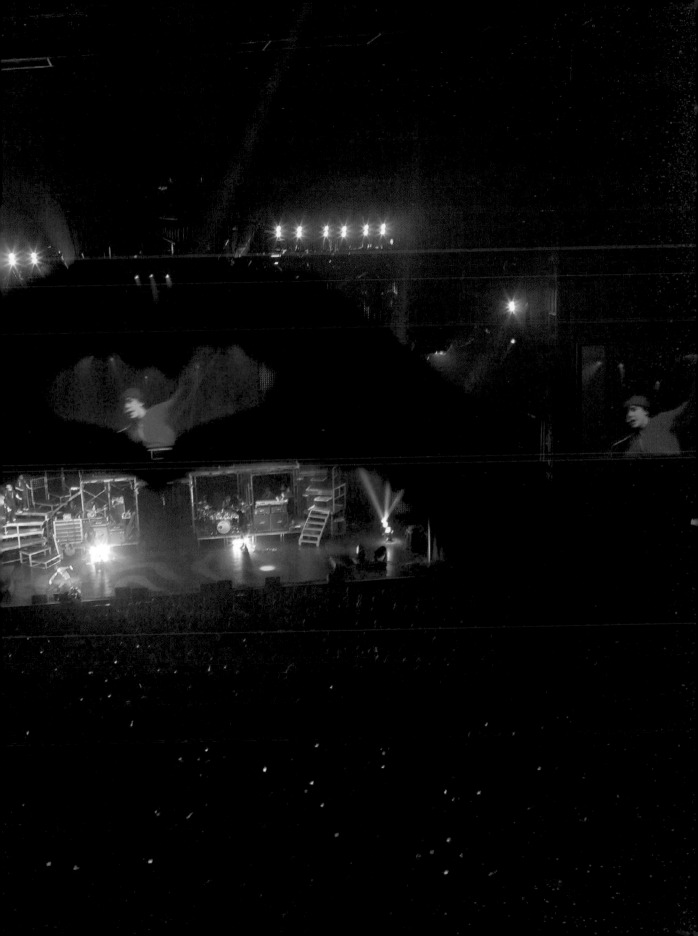

Trong video bài "One Less Lonely Girl" - hồi đi quay video này rất vui vì họ tuyển một bạn gái xinh đẹp mười sáu tuổi vào đóng với tôi - cốt truyện là bạn gái này đánh rơi một thứ ở hiệu giặt tự động (đừng cuống lên thế, chỉ là cái khăn thôi) và sau đó phải chơi trò săn tìm kho báu do tôi bày ra để lấy lại chiếc khăn. Có người gọi nó là "phiên bản ca nhạc của một bộ phim cho phụ nữ", và tôi không hiểu ngay được rằng họ gọi thế với ý mỉa mai. Họ chê bôi đoạn có mấy chú cún con ở hiệu thú cưng khiến tôi không thể không thốt lên, "Gì thế? Ai mà không thích cún con chứ? Vả lại, họ nghĩ việc giả vờ không thích cún con sẽ khiến mình hấp dẫn hơn trong mắt con gái sao?" Họ lại còn cho rằng lời bài hát quá sến.

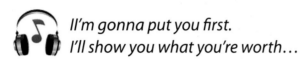

Il'm gonna put you first.
I'll show you what you're worth...

(Em là ưu tiên số một.
Anh sẽ cho em thấy em xứng đáng được hưởng những gì...)

Tôi hoàn toàn hoan nghênh mọi sự góp ý. Có lẽ nên sửa thành thế này chăng:

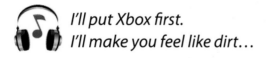

I'll put Xbox first.
I'll make you feel like dirt...

(Xbox là ưu tiên số một.
Anh sẽ khiến em cảm thấy mình chẳng khác nào cỏ rác...)

À vâng, hợp lý hơn rồi đấy: tôi là thằng bất tài, điều thực sự khiến một cô gái hạnh phúc là một anh chàng ghét chó không quan tâm đến cảm xúc của cô. Có lẽ nếu làm theo thì một ngày nào đó tôi sẽ đạt tới trình của nhà phê bình đó về thành công với phụ nữ chăng. Ô mà khoan đã, mình đang nói chuyện như một ông già cay cú vậy.

Tiếp tục thôi...

"Tôi di chuyển tốc độ hơn và chơi thông minh hơn."

THÔI THÚC MUỐN BẮT ĐẦU

Hồi còn học cấp hai, phần lớn các bạn gái trong lớp đều cao hơn tôi. Tôi không muốn cho họ thêm lý do để không đi chơi với mình, vậy nên cư xử tử tế có vẻ là một ý hay. Tôi cũng xác định đặt âm nhạc xuống hàng thứ yếu và gắn bó với thứ mà tôi biết sẽ giúp mình trông cool hơn - chơi thể thao.

Ở tuổi ấy, con trai không dính vào nhiều rắc rối bằng con gái, nhưng cũng không phải không có, hãy dè chừng. Đầu vẫn bị thụi liên tục đấy. Có những kẻ cần phải thấy mình to lớn, và cách duy nhất để chúng thể hiện điều đó là chọn ai đó nhỏ hơn. Không may cho đám du côn ấy, bố tôi là cựu đấu sĩ chuyên nghiệp nên vẫn thường đưa tôi tới những buổi tập của bố. Tôi nhanh chóng nổi danh là một kẻ chớ dại mà đụng vào, dù có đứa vẫn thử xem sao. Có lẽ từ nhỏ tôi đã học được rằng dù nhỏ bé hơn nhưng ta không nên quá chú ý đến kích cỡ hay để nó ngăn ta vươn tới điều ta biết mình có thể đạt được. Tôi không có gì để chứng minh cho những kẻ hay bắt nạt đó, cũng như tôi chẳng có gì để chứng minh cho những kẻ ghen ghét đang cố gắng làm mình suy sụp lúc này. Bản chất tôi không phải kiểu người chiến đấu, nhưng nếu tin vào điều gì thì tôi sẽ đứng lên vì điều đó. Nếu ai nói láo lếu về mẹ tôi hay bạn bè tôi, tôi sẽ cho họ thấy rằng làm thế chẳng hay ho gì đâu. Nếu ai đẩy tôi, tôi sẽ đẩy lại mạnh hơn.

Có lần, một trận đấu hoành tráng đã diễn ra trên sân trường. Tôi không nhớ bọn tôi đánh nhau vì cái gì hay vì sao mình lại dính vào vụ lộn xộn ấy nữa, chỉ biết có hàng đống người tham gia và hàng đống người khác quay phim chụp ảnh bằng điện thoại. Vì lý do quái quỷ gì đó mà có kẻ đăng nó lên YouTube. Tôi đoán những kẻ ấy chưa bao giờ nghĩ đến khả năng các giáo viên sẽ xem được. Đấy là vấn đề của YouTube. Ta không bao giờ biết được có những ai ngoài kia. Đó có thể là điều tốt hoặc không tốt, tùy tình huống.

Dù sao thì cũng không ai bị thương nghiêm trọng cả, nhưng vết cào cấu và thâm tím thì vô thiên lủng, còn đoạn video khiến trận đánh nhau trông giống một cảnh trong trò Mortal Kombat, chúng tôi đều thấy nó khá hay cho đến khi ban giám hiệu nhà trường điên lên vì nó và bắt đầu tóm cổ những đứa liên quan, và chúng thì không thể ngồi đó mà chối đây đẩy được vì, thì đấy, mặt chúng lọt vào camera hết cả. (Hãy áp dụng bài học này vào hoàn cảnh của riêng bạn theo bất cứ cách nào bạn thấy hữu dụng nhé.)

Nói chung dân Canada khoái choảng nhau, nhưng tôi chưa bao giờ là người thích động chân động tay. Bố tôi luôn nói hồi nhỏ ông đã đánh đấm đủ cho cả hai bố con rồi. Tôi thích thi đấu trên sân bóng rổ hoặc hạ gục đối thủ bằng kỹ năng khúc côn cầu của mình. Tôi nhỏ con hơn phần lớn đám con trai trong đội khúc côn cầu rất nhiều, và tôi chắc chắn không được chơi ở vị trí tiền đạo trong đội bóng rổ rồi, nhưng không ai có thể đuổi kịp tôi. Tôi biết mình sẽ chẳng bao giờ cao bằng người ta, nhưng tôi di chuyển tốc độ hơn và chơi thông minh hơn. Tôi cố trượt vòng quanh hoặc cướp bóng rổ từ ngay phía dưới. Một điều khác nữa mà ông ngoại luôn căn dặn tôi, và bạn cũng có thể áp dụng cho chính mình, đó là: "Hãy tận dụng những gì mình có."

Dù sao thì, tôi luôn cố tránh xa những vụ không hay ở trường. Bản thân tôi đã chuốc lấy đủ rắc rối rồi. Chẳng có gì to tát lắm đâu. Chủ yếu là mấy trò hề trong lớp thôi. Ngoài giờ học, tôi vẫn phô diễn trên ván trượt, đá bóng qua lại, hay có thể chỉ là làm loạn lên với Chaz và Ryan, vậy nên tôi khó mà ngồi yên được trong trường. Tôi là kiểu người thừa mứa năng lượng. Nếu tôi có gặp rắc rối ở trường thì cũng không bao giờ là do chơi xấu. Chỉ vì tôi muốn được cười mà thôi. Hoặc làm người khác cười. Hoặc nhảy trên hành lang hoặc gõ nhịp lên bàn hoặc hát ư ử trong thư viện. Về cơ bản, tôi gặp rắc rối vì là chính tôi, tôi thấy điều đó có vẻ không công bằng.

"Ông ngoại luôn căn dặn tôi… hãy tận dụng những gì mình có."

Có lần, tôi phải lên gặp Hiệu trưởng vì làm trò hề trong lớp. Tôi đi dọc hành lang dẫn tới văn phòng, nhưng rồi tôi cứ thế đi lướt qua cánh cửa cần vào. Đủ rồi đấy, tất cả các người. Tôi ra khỏi cổng trường, ngược lên phố, băng qua cả thành phố đến tận nhà ông bà ngoại, chắc mẩm sẽ tìm được sự thông cảm ở đó. Không hề. Ông ngoại tỏ ra rất ngạc nhiên và không vui cho lắm khi thấy tôi ngồi khểnh chân trong phòng khách xem ti vi. Ông tống tôi lên xe đưa trở

"Bản chất tôi không phải kiểu người chiến đấu, nhưng nếu tin vào điều gì thì tôi sẽ đứng lên vì điều đó."

lại trường, tôi phải đi vào đối mặt với thầy Hiệu trưởng, nghe căn vặn xem một tiếng rưỡi đồng hồ vừa rồi tôi đã biến đi đâu trong khi lẽ ra tôi phải đang ở trường. Trước khi mẹ tôi đi làm về chiều hôm đó, nhà trường đã gọi thông báo cho mẹ hết rồi, vậy nên mẹ có vô khối thời gian để tích lũy cơn giận và nghĩ ra hàng đống thứ gay gắt để mắng tôi. Lại bị phạt nhốt trong nhà. Tôi ngồi trong phòng, đánh phừng phưng các hợp âm chặn thêm vài tuần nữa.

"ANH BẠN Ạ, CẬU HÁT ĐƯỢC ĐẤY"

Không ai trong nhà cho tôi thoát nếu tôi sai, nhưng họ luôn đứng về phía tôi nếu tôi làm điều đúng đắn. Theo tôi nhớ thì chẳng trận bóng rổ nào tôi tham gia mà lại không có người nào đó yêu mến tôi đứng ở khán đài. Ký ức của tôi về các trận khúc côn cầu, với tư cách là người chơi và người hâm mộ, luôn có hình ảnh ông ngoại chia sẻ với tôi. Gia đình và những người bạn thân luôn ở bên tôi, vì thế tôi biết thể nào cũng có vài khuôn mặt quen thuộc với mình trong số khán giả khi tôi quyết định tham gia vào cuộc thi tài năng địa phương do Trung tâm Thanh niên Statford tổ chức hồi tháng Một năm 2007.

Một số ít người đã từng nghe tôi chơi nhạc động viên tôi, "Anh bạn ạ, cậu hát được đấy. Cậu nên thử đi thi *American Idol* xem." Nhưng phải mười sáu tuổi thì mới được tham gia cái đó - tương đương độ tuổi lấy bằng lái. Với một thằng bé mười hai thì cứ như còn cả triệu năm nữa mới tới tuổi mười sáu vậy, nên tôi không nghĩ nhiều. Cuộc thi Ngôi sao Stratford về cơ bản cũng cùng ý tưởng với *American Idol* nhưng ở quy mô nhỏ hơn: tất cả trẻ con, từ mười hai đến mười tám, tham gia một loạt các vòng loại trực tiếp. Phí vào cửa là hai đô. Thay vì Randy, Simon và Paula[1], chúng tôi có những người ở Stratford làm những việc liên quan đến âm nhạc cộng đồng, như chỉ huy dàn đồng ca nhà thờ, dạy ở trường trung học, vân vân, và thay vì Ryan

1. Ba giám khảo nổi tiếng của chương trình *American Idol*.

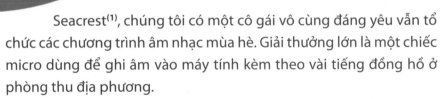

"Tôi không sợ biểu diễn… mẹ còn bồn chồn hơn tôi ấy chứ."

Seacrest[1], chúng tôi có một cô gái vô cùng đáng yêu vẫn tổ chức các chương trình âm nhạc mùa hè. Giải thưởng lớn là một chiếc micro dùng để ghi âm vào máy tính kèm theo vài tiếng đồng hồ ở phòng thu địa phương.

Tôi thấy phần thưởng đó cũng hay, nhưng tôi bị cuốn hút hơn bởi ý tưởng đứng hát trước mọi người, chỉ để xem cảm giác ấy sẽ thế nào. Tôi không sợ biểu diễn, vì tôi đã từng chơi bóng rổ và khúc côn cầu trước lượng khán giả còn đông hơn nhiều. Nhưng đây là lần đầu tiên tôi hát trước đám đông. Mà có gì phải sợ chứ? Số ít người biết tôi thì đều là những người yêu mến tôi, còn lại là người dưng cả, nên nếu tôi làm không tốt thì cũng đâu có vẻ gì là tôi sẽ phải gặp lại họ. Tôi thấy mẹ còn bồn chồn hơn tôi ấy chứ, mặc dù mẹ hiểu là tôi tham dự cũng chỉ để cho vui thôi. Mẹ giúp tôi tìm trang phục, lo nhạc nền

---

1. MC nổi tiếng của chương trình *American Idol*.

cho tôi và các thứ.

Ở vòng đầu tiên, tôi mặc một cái áo len màu nâu to tướng với quần jean và hát "3 AM" của Matchbox 20. Cô gái dẫn chương trình giới thiệu tôi, vài tiếng vỗ tay lấy lệ khi tôi lên sân khấu. Tôi nói, "Chào mọi người" và cố làm họ vỗ tay theo ở phần nhạc dạo. Mẹ và bà ngoại tôi trên hàng ghế khán giả cười tươi hết cỡ và vỗ theo, nhưng phần lớn mọi người chỉ ngồi đó, tỏ vẻ ngán ngẩm.

Thôi được… và tôi cất tiếng hát.

Thế rồi khán giả ngẩng đầu lên một chút. Tôi thấy vài cái đầu gật gù, như thể người ta đang nghĩ, "Ái chà, cậu chàng này cũng không đến nỗi." Đến khi tôi hát xong, họ tỏ vẻ ngạc nhiên vì thằng nhóc mặc áo len quá khổ này thực ra hát cũng khá ổn, và tiếng vỗ tay đã nhiệt tình hơn đôi chút. Đó là lần đầu tiên tôi được nghe tiếng khán giả thật sự cổ vũ cho mình, và cảm giác đó khá dễ chịu. Tôi lọt vào vòng trong.

Tôi nghĩ lần biểu diễn tiếp theo mình phải ăn vận đỏm lên một tí mới được. Mẹ là cho tôi một chiếc sơ mi xanh và giúp tôi thắt chiếc cà vạt xanh đậm, vốn dành cho người lớn nên còn dài hơn cả người tôi. Tôi quyết định hát "Fallin'" của Alicia Keys - bài tủ của tôi. Khi tôi bước ra, khán giả nhớ ra thằng nhóc tuần trước. Thậm chí họ còn ngạc nhiên hơn và vỗ tay to hơn. Đây không còn là cảm giác dễ chịu nữa. Nó khiến ta… rùng mình sung sướng.

Đến khi vào vòng kế tiếp, tôi đã xác định được rằng tôi nên là chính mình, vậy nên tôi mặc quần áo đi học bình thường và đội mũ bóng chày. Tôi quyết định hát bản "Respect" - "Tôn trọng" của Aretha Franklin. Giờ thì mọi người đã biết tôi là ai. Cô gái MC xướng lên, "Hãy thể hiện chút tôn trọng tới Justin Bieber, thưa quý vị." Thế là từ cuối khán phòng rộ lên riếng rú rít, la hét.

Một nhóm các cô gái. Các cô gái xinh đẹp. Đang rú lên. Vì tôi.

Ôi trời đất ơi!

Tôi đứng đó và hát hết sức còm của một thằng nhóc lớp tám, đinh ninh trong đầu rằng đây có lẽ là khoảnh khắc tuyệt vời nhất của đời tôi - đời bất cứ ai - tuyệt hơn khúc côn cầu, tuyệt hơn bộ phim *Chiến tranh giữa các vì sao*, tuyệt hơn cả món gà tây rưới nước xốt của bà ngoại. Vài người ngồi ở mấy hàng ghế đầu trông như thể đang ngồi trên bàn đinh, nhưng những cô gái phía sau lại rất đông, vừa đu đưa người vừa vỗ tay. Tôi thấy như thể được tiếp thêm năng lượng, cảm giác này thật tuyệt vời, thế là khi đến phần nhạc giữa, tôi bắt đầu làm trò: tôi giả vờ như đang thổi saxophone. Tôi quá say sưa đến mức làm rơi cả mic, tiếng mic rơi đánh thụp trên sàn - nhưng không sao - tôi nhặt lên vừa kịp lúc bắt vào đoạn tiếp theo.

Tôi kết thúc bài hát bằng một đoạn ngân blues đầy phóng túng (hy vọng Aretha sẽ thấy hãnh diện vì tôi), thế là một tràng pháo tay lớn nổ ra kèm theo tiếng rú rít khác từ các cô gái, tôi đáp lại bằng cú dứ nắm tay ăn mừng kinh điển kiểu Michael Jordan. Những thí sinh khác lớn hơn tôi, lại còn học thanh nhạc bao nhiêu năm trời, họ hát rất hay, nhưng - ối chà! Các cô gái đang rú lên vì tôi.

Tôi vượt qua cả một chặng đường dài để tới vòng cuối cùng, mặc dù tôi là thí sinh trẻ tuổi nhất, trong khi những người lọt vào chung kết khác lại lớn tuổi nhất. Đêm cuối, khi tất cả đã diễn xong, một vị trong ban giám khảo đưa ba người lọt vào vòng chung kết lên sân khấu. Đầu tiên là một chị tóc vàng xinh đẹp cao ráo, từng học thanh nhạc các kiểu và hát thì tuyệt vời. Rồi đến một chị tóc nâu xinh đẹp thậm chí còn cao hơn, được học hành nhiều hơn và hát hay hơn. Rồi tôi. Thằng nhóc mười hai tuổi mặc quần thụng. Nhưng được vây quanh bởi các cô gái đẹp thế này thì thắng hay thua tôi cũng chẳng phàn nàn. Tôi vô cùng hài lòng vì mọi chuyện, nhưng không hề ngạo mạn. Tôi không nghĩ mình sẽ thắng, nhưng tôi rất, rất, rất muốn chiến thắng. Tôi gài ngón tay vào túi quần, cố tỏ vẻ "Xời, chuyện vặt mà. Gì cũng được." Nhưng trong thâm tâm tôi thầm cầu nguyện vị giám khảo đó sẽ đọc tên tôi.

"Tôi đứng đó và hát hết sức còm của một thằng nhóc lớp tám."

"Nhưng được vây quanh bởi các cô gái đẹp thế này thì thắng hay thua tôi cũng chẳng phàn nàn"

 **justinbieber** mỗi ngày tôi lại được nghe về bao nhiêu bạn đã gặp nhau qua đây, và mọi chuyện đã bắt đầu thế nào. Âm nhạc đưa người ta đến gần nhau, và đó là điều khiến tôi tự hào nhất.

15:17 17/06 qua Web

"Tôi muốn nói rằng tất cả các bạn đều là người chiến thắng," bà ấy nói.

Phải rồi. Tuyệt. Nào, hãy xướng tên cháu đi.

"Phải cần rất nhiều phẩm chất mới có thể lên sân khấu thể hiện một tài năng như thế. Âm nhạc mới là điều quan trọng, vậy nên dù có thế nào thì mong các bạn vẫn tiếp tục hát."

Được rồi. Cháu hiểu mà. Nào, xướng tên cháu đi. Xướng tên cháu đi. Xướng tên cháu…

"Người chiến thắng giải Ngôi sao Stratford năm nay của chúng ta là…"

Bà ấy đọc tên của một người khác.

Đám đông reo hò. Một mảnh tim tôi rơi ra ngoài, lăn xuống dưới gầm cây đàn piano.

Tôi về thứ ba trong số, ừm… bao nhiêu ấy nhỉ? Xem nào, tôi nhớ là trong số… ba người. Lúc đó họ chỉ xướng tên người thắng cuộc mà thôi, và suốt một thời gian dài tôi cứ đinh ninh rằng mình xếp thứ hai, thế thì sẽ đỡ xấu hổ hơn. Nhưng không. Sau khi đĩa hát đầu tiên của tôi được tung ra, một người từ ban tổ chức đã nói với

> **"Những người bạn đồng hành với tôi trong chuyến lưu diễn đều nói tôi là một kẻ cầu toàn."**

phóng viên rằng thực ra tôi về thứ ba. Lời cô ấy được trích dẫn thế này, "Cậu ấy sẵn sàng chấp nhận thử thách, lại còn có sức cuốn hút. Chỉ là cậu ấy còn non nớt. Lúc đó chúng tôi đã nghĩ, cho cậu ấy thêm vài năm để luyện giọng."

Dĩ nhiên giờ đây tôi rất hạnh phúc khi mọi chuyện cuối cùng rồi cũng tốt đẹp cả, nhưng lúc ấy tôi thất vọng não nề. Tôi không hiểu nổi. Mình đã vô cùng phấn khích như thế - có một trải nghiệm tuyệt vời như thế - vậy mà mình lại thua ư? Tôi chẳng thèm vờ vịt rằng mình không quan tâm làm gì. Tôi đã rất muốn thắng. Ý tôi là, nếu bạn không muốn thắng thì bạn còn thi làm gì? Tôi biết nói thế nghe có vẻ gay gắt, nhưng chỉ là tôi rất yêu các cuộc thi đến nỗi đôi khi tôi hơi khắc nghiệt với chính mình. Những người bạn đồng hành với tôi trong chuyến lưu diễn đều nói tôi là một kẻ cầu toàn. Nhưng lúc ấy tôi đã đủ lớn để hiểu rằng dù thắng hay thua, ta cũng phải chuẩn bị sẵn tinh thần để tỏ ra lịch sự. Ngay cả khi đó, tôi vẫn vỗ tay. Tôi mỉm cười. Tôi bắt tay người chiến thắng. Tôi cảm ơn ban giám khảo. Ông bà và mẹ đều tự hào về cách cư xử của tôi. Đó là điều bạn học được khi chơi thể thao. Bạn muốn thắng. Bạn chơi hết mình. Nếu mọi việc diễn ra như bạn mong muốn - cứ vui đi! Cảm giác chiến thắng thật tuyệt. Nếu bạn thua, quá tệ, bạn có quyền được cảm thấy thất vọng, nhưng bạn phải ngậm đắng nuốt cay mà tỏ ra lịch sự, đi dọc hàng đập tay với từng người trong đội kia, miệng lải nhải, "Chơi tốt lắm, chơi tốt lắm, chơi tốt lắm…"

Vậy hãy hét lên với hai cô gái đã đánh bại tôi ở cuộc thi Ngôi sao Stratford nào. Chơi tốt lắm, các quý cô!

Khi chúng tôi còn đang dàn dựng cho chuyến lưu diễn này, Dan Kanter đã nói, "Anh luôn nhìn một bài hát bao quát từ trên không. Phần dạo đầu, lời hát, điệp khúc. Rồi anh lại nhìn buổi diễn từ trên không. Danh sách bài hát, cao trào của đoạn guitar solo. Lên danh sách các bài hát định biểu diễn là cả một nghệ thuật. Trước khi đi xem biểu diễn, anh không bao giờ lên mạng. Anh muốn đi vào và tận hưởng mọi điều bất ngờ. Buồn là giờ đây, với YouTube, các fan được biết trước quá nhiều. Họ vẫn sẽ phấn khích và nghĩ buổi diễn thật tuyệt, nhưng anh ước gì đó là một màn tiết lộ trọn vẹn."

Trên sân khấu, chúng tôi không muốn có bất ngờ nào cả. Chúng tôi muốn mọi thứ diễn ra hoàn hảo theo đúng kế hoạch. Nhưng trong đời thực, bạn được chiêm ngưỡng một màn tiết lộ trọn vẹn. Tất thảy đều khiến bạn ngạc nhiên. Như thế sẽ thú vị hơn nhiều, dù có vài màn bất ngờ rất dở hơi. Kinh Thánh nói "mọi sự hiệp lại làm ích" nếu ta yêu kính Chúa, nhưng có những lúc ta không hề có cảm giác như vậy. Có những lúc ta nghĩ, "Ê Chúa! Chuyện rối linh tinh beng hết cả lên rồi đây này. Ngài chú ý xuống đây giùm cái được không?" Có lẽ đức tin chính là khả năng giữ bình tĩnh và tin tưởng có ai đó trên kia lập sẵn cái danh sách bài hát cho bạn. Có lẽ khi bạn bình tĩnh đối mặt với mọi thứ xảy đến với mình, màn tiết lộ kia rốt cuộc sẽ diễn ra, và ngay cả những khoảnh khắc tồi tệ cũng đảo chiều, trở thành điều may mắn của bạn.

Ông bà và mẹ đã dẫn tôi đi ăn ở tiệm kem Scoopers sau khi tôi thua cuộc thi Ngôi sao Stratford.

Ông ngoại nói với tôi, "Cháu có thể thua mà không cần phải cảm giác như một kẻ thua cuộc. Nếu cháu học được từ trải nghiệm này, cháu vẫn có thể tiến lên vượt xa vạch xuất phát trước đây."

"Chúng ta vô cùng tự hào về cháu," bà tôi nói. "Vả lại, cháu thi cho vui mà, nhớ chứ, và đúng là vui thật phải không nào? Cháu đã rất vui đúng không?"

"Dạ…" Tôi đành phải thừa nhận. Tôi đã rất vui. Đó quả là một trải nghiệm vui kinh khủng, và tôi có thể thấy rõ là mình sẽ sẵn sàng trải qua một lần nữa. Hoặc tham gia một cuộc thi khác chẳng hạn. Có khi một ngày nào đó lại là *American Idol* ấy chứ. Nghĩa là một nghìn năm nữa. Khi tôi có bằng lái xe. Và có lẽ là một bộ râu như anh chàng Nathan lồng tiếng *Vua sư tử*… "Với cả, con còn được mời đến hát cho buổi gây quỹ vì trẻ tự kỷ nữa," mẹ nói. "Con háo hức lắm nhỉ?"

"Vâng ạ. Cũng hơi hơi. Con sẽ háo hức khi ngày ấy đến gần hơn," tôi đáp, cố gắng để giọng mình nghe không quá sầu thảm.

Mẹ ôm tôi thật chặt. "Con đã làm rất tuyệt, Justin à. Mẹ ước tất cả mọi người đều được ở đó nghe con hát - cả nhà mình và những người bạn chúng ta ở nhà thờ. Nhưng mẹ đã quay phim lại đây rồi. Mẹ sẽ đăng lên YouTube để mọi người thấy con đã tuyệt vời thế nào."

CHƯƠNG 4

YOUTUBE: MỘT TRIỆU ĐẦU TIÊN

Bên dưới sân khấu là cả một thành phố gồm toàn rầm thép, dây cáp, thiết bị, xe đẩy và rèm bạt. Một phần sàn sân khấu hạ xuống, và thang máy nâng lên, tôi đứng bên trên, chuẩn bị cho một sự xuất hiện ngoạn mục, hai bên là những đường dốc để đội nhảy và tôi đi ra. Hai đường dốc này dẫn tới một lối nhỏ che rèm, thắp sáng bằng đèn sàn. Tất cả các trang phục thay đổi trong buổi diễn đều được treo trên giá, cẩn thận sắp đặt theo thứ tự kiểu như áo gì đi với quần gì và khi nào thì cần tới chúng.

Sau khi nghỉ ăn trưa và chơi vài ván bóng bàn với ê kíp, chúng tôi tiến hành duyệt lần hai. Buổi duyệt hồi sáng là để giải quyết nốt mấy trục trặc kỹ thuật cuối cùng. Lần này sẽ không được phép có vấn đề nữa. Chúng tôi xem xét lại toàn bộ, không ngừng nghỉ.

Song song với đó, Ryan Good - stylist của tôi, người luôn đi cùng tôi mọi lúc mọi nơi - giữ cho mọi thứ quay không ngừng. Ngay khi tôi rời sân khấu, anh giúp tôi thay đồ cho bài kế tiếp. Tốc độ làm việc rất sôi sục - có tôi và đội nhảy, tất cả đều lao động khá vất. Khi tuột đống quần áo giày tất đẫm mồ hôi ra, chúng tôi bốc mùi như mấy anh chàng nhớp nháp ở Hiệp hội Nam thanh Công giáo. Các bạn hiểu ý tôi mà.

Ngoài việc thay đồ diễn, chúng tôi cũng phải tính toán thời gian giữa hai bài hát, rồi tính sao cho đoạn nói chuyện khớp với hiệu ứng hình ảnh, điều đó có nghĩa là tôi phải nói gì đó, nhưng ở mỗi buổi diễn nội dung nói lại khác nhau. Vậy là khi duyệt chương trình tôi cứ nghĩ gì nói nấy, và thường thì trong đầu tôi toàn xuất hiện những câu trêu đùa chọc ghẹo mọi người.

"Tối nay mọi người thế nào ạ? Ối, Ryan, hôm nay trông anh tuyệt quá. Phải tối qua anh dùng dầu gội Garnier Fructis không?"

Đâu đó ở góc tối của sân vận động, một giọng nói hét lên, "Video còn bốn mươi lăm… bốn mươi…"

"Trời ạ, anh còn có vài lọn tóc vàng chóe cơ à. ÔI THÔI NÀO!"

Dưới sân khấu có tiếng cười và tiếng hỏi vặn từ đám công nhân thiết bị và nhân viên hậu cần đang đi quanh đó. Có lẽ tôi có thể tập trước những gì mình sẽ thực sự nói, nhưng tôi không muốn nói những lời nghe có vẻ giả tạo. Tôi muốn đi ra ngoài nói chuyện khi được nhìn khuôn mặt thật của những con người thật. Mối liên kết đó không cần luyện tập trước mà phải bật ra vào chính giây phút ấy, điều này cũng quan trọng như việc chúng ta duyệt lại mọi thứ khác vậy. Tôi không biết mình sẽ phải nói với những ai, hay rồi sẽ xảy ra chuyện gì, nhưng tôi biết đó phải là lời nói từ cá nhân, và tôi không sợ để ngỏ những lời sẽ phát biểu mà không tập trước.

Đó lại là một câu khác mà tôi lúc nào cũng bị hỏi: "Cậu có lo lắng không?"

Sự thật là: Không. Tôi không có ý tỏ ra tự phụ khi trả lời thế. Chỉ là vì tôi không hiểu có gì mà phải sợ. Nói thế không có nghĩa tôi không bao giờ phạm sai lầm. Bạn đùa à? Sai lầm xảy ra bất cứ lúc nào. Nhưng đó mới là cuộc đời. Bạn hồi phục và lại tiến lên. Lá lách tôi sẽ chẳng nổ tung nếu tôi chơi sai một hợp âm guitar hay hát sai lời một bài hát quen thuộc. Tôi là kẻ khá cầu toàn. Tôi nỗ lực để khiến mọi thứ đâu vào đấy, nhưng một phần trong tôi vẫn chuẩn bị đón nhận những điều không mong đợi. Tôi biết một người hát rong trong công viên đang ngân bài "Amazing Grace" thì bị phân chim rơi vào đầu. Showbiz là thế đấy.

Với những ai không biết, hát rong là chơi nhạc để xin tiền trên phố, trong công viên, trên tàu điện ngầm, và, trong trường hợp của tôi, trên bậc thềm nhà hát Avon…

HÁT TRÊN VỈA HÈ

Một hôm, tôi muốn đi chơi golf với bạn bè mà không có tiền. Sau cuộc thi Ngôi sao Stratford, tôi rất háo hức với ý tưởng chơi nhạc cho mọi người, vậy nên tôi quyết định thử đi hát rong. Vào mùa du lịch, Lễ hội Shakespeare ở Stratford lôi kéo mọi người từ khắp nơi đến xem kịch. Xe buýt dừng trước cửa nhà hát, khoảng một trăm người bước xuống, loanh quanh một lúc rồi mới bắt đầu đi mua sắm hoặc đến quán giải khát và phòng triển lãm tranh địa phương.

Thế nên nhà hát là một địa điểm hoàn hảo. Rất nhiều khách bộ hành. Cả bóng râm nữa, tôi đến đó vào đúng thời điểm trong ngày mà. Tôi biết lời rất nhiều bài hát và không cần bật nhạc đệm. Tôi có thể tự đệm guitar cho mình. Mẹ tôi không chắc mọi người sẽ phản ứng thế nào nên không muốn tôi một mình ngồi đó. Tôi cố thuyết phục mẹ rằng sẽ không sao đâu, rằng tôi sẽ về nhà trước khi trời tối,

nhưng mẹ vẫn khăng khăng đòi phải cho ông ngoại ngồi trong xe đậu bên kia đường.

Lần đầu tiên đặt mình xuống bậc thềm nhà hát, tôi mở hộp đàn guitar ra để trước mặt, hy vọng mọi người sẽ tốt bụng và mình sẽ kiếm được khoảng hai mươi đô. Chỉ sau vài giờ, tôi đã có gần 200 đô la. Tôi cảm giác như mình vừa đào trúng mỏ vàng vậy. Khi tôi về nhà chia sẻ khám phá này với mẹ, mẹ sung sướng vô cùng và ngay lập tức bàn đến nào là trách nhiệm, nào là tài khoản tiết kiệm để đi học đại học và những thứ đại loại. Tôi có ý khác.

"Mẹ, mình có thể tới Disney World."

Mẹ tính toán trong đầu một phút rồi nói, "Đúng là mình có thể. Nếu cứ thế này, ngay cả khi đã gửi tiết kiệm một khoản lớn thì đến cuối hè con vẫn đủ tiền mua vé máy bay."

Kế hoạch là thế. Mẹ con tôi chưa từng đi nghỉ ở đâu, ngoại trừ cùng ông bà ngoại tới cái nhà gỗ của câu lạc bộ roi-và-súng ở hồ Star. Có vẻ như việc đi chơi Disney World cũng khả thi tương đương với việc trúng vé số. Thật hay khi nhận ra tôi có thể biến điều đó thành hiện thực chỉ bằng cách chơi nhạc - nghĩa là làm một điều tôi đã làm suốt bao năm nay chỉ để cho vui. Mẹ rất hài lòng vì mọi người ở đó đều cư xử tử tế cả, nhưng giờ thì mẹ lại lo lắng khi tôi ngồi đó với một đống tiền mặt, vậy nên mẹ và ông ngoại thay phiên nhau để ý tôi từ bên kia đường.

Việc hát rong thành công rực rỡ. Mọi người rất tốt bụng và hưởng ứng. Hầu như tất cả đều cho tôi ít nhất là một, hai đô và nói mấy lời tốt đẹp. Cuối ngày thứ nhất, có một tờ giấy nhắn trong hộp đàn của tôi. Tôi không nhớ chính xác trong đó ghi những gì, nhưng đại loại là "Cậu dễ thương quá! Gọi cho tớ nhé! Thân mến, Tiffany." Và một số điện thoại.

Chaz và Ryan thét lên, "Hả hả hả? Không đời nào!"

Thế mà có đời nào đấy.

Khó mà tưởng tượng thêm tiến triển gì trong tình huống ấy, nhưng chuyện này đang ngày càng trở nên tuyệt vời đến mức nực cười. Disney World… lại còn cả các cô gái. Hát rong đúng là một món hời!

Độ vang âm ở địa điểm tôi ngồi rất tuyệt, vào những ngày trời trong và lặng gió, người ta bảo rằng họ có thể nghe tiếng tôi từ tận cuối phố. Xe buýt đến rồi đi, mang tới đủ loại người. Các bà các cô đội mũ to khoác túi lớn, nữ sinh Nhật Bản mặc đồng phục kẻ ca rô, các đội nam

"Có vẻ như việc đi chơi Disney World cũng khả thi tương đương với việc trúng vé số."

hướng đạo sinh và đội bóng chày, những cặp vợ chồng già đi tản bộ. Các nhóm tour được thả xuống ở góc đường để mua quà lưu niệm, khi xe buýt quay lại đón, vài người vẫn đứng nán lại.

Nhờ ảnh hưởng âm nhạc của cả cha lẫn mẹ nên tôi cũng có kha khá vốn bài hát lận lưng có thể thỏa mãn tất cả mọi người. Bất cứ thể loại gì từ R&B và pop chuẩn mực đến country và nhạc Công giáo, thậm chí cả một chút heavy metal nữa. Mặc dù có lẽ không được

"Tôi mười hai tuổi... tôi muốn bắt đầu hẹn hò."

"heavy" lắm vì chỉ có một thằng nhóc và một cây guitar thôi, nhưng - bạn biết mà. Mini metal. Cũng hiệu quả ra phết.

Có một bài luôn khiến mọi người ứa nước mắt và cho rất nhiều tiền, đó là "Sarah Beth", một ca khúc của Rascal Flatts về một cô gái bị ung thư. Thử tìm cái video đó trên YouTube rồi xem mà không khóc nấc lên đi. Tôi thách bạn đấy. "Sarah Beth" khiến mọi người nức nở. Dù cho bạn có là những ngư dân đánh bắt cua ở eo Bering, râu ria xồm xoàm lại còn khó tính trong series phim tài liệu *Deadliest Catch* thì cũng vậy thôi. Đến cuối bài hát đó bạn sẽ khóc.

Chủ những cửa hiệu gần nhà hát rất quý tôi vì khách hàng nán lại lâu hơn khi tôi chơi nhạc. Cứ theo ý họ thì tôi phải ngồi ngoài đó hằng ngày từ khi mở cho đến lúc đóng cửa hàng mất, mà giờ đang là mùa hè và tôi mới có mười hai tuổi. Tôi muốn đi chơi với bạn bè. Và tôi muốn bắt đầu hẹn hò. Tôi thấy mình đã khá rủng rỉnh về mặt tài chính để sẵn sàng dấn bước, trở thành một anh chàng lịch lãm mang lại cho một quý cô khoảng thời gian vui vẻ.

VIDEO LAN TRUYỀN

Cuộc hẹn đầu tiên có vẻ đã được huyền thoại hóa thành "Thảm họa hẹn hò của Bieber". Tôi đưa bạn ấy đến King, một nhà hàng buffet. Phải, tôi mặc sơ mi trắng. Đúng, tôi chọn spaghetti. Không, đó không phải ý hay. Nhưng cuộc hẹn cũng không đến nỗi quá kinh khủng. Cô gái đó là bạn tôi, bạn ấy khá cool. Chúng tôi cứ cười mãi chuyện đó, và xét cho cùng, dù đó không phải trải nghiệm dễ chịu gì cho cam nhưng nó cũng cho cả hai đứa chuyện vui để kể lại, đồng thời cũng là một khởi đầu tốt cho tôi. Tôi lo lắng vì cuộc hẹn đó còn hơn cả khi lên sân khấu, nhưng khi nó kết thúc, tôi lại thấy thoải mái với ý tưởng đi chơi vui vẻ với các cô gái khác. Thật lòng mà nói, nếu chuyện tồi tệ nhất từng xảy ra với một người trong buổi hẹn hò chỉ là bị dây đổ ăn lên áo… thì thôi đừng than vãn nữa. Thế vẫn chưa là gì.

Nhiều du khách ở trước nhà hát Stratford mang theo máy quay phim, cũng không lạ, và chẳng bao lâu sau một vài video quay tôi hát rong xuất hiện trên YouTube. Khi tìm chúng trên mạng, tôi tình cờ click vào một trong những video mẹ quay tôi ở cuộc thi Ngôi sao Stratford.

"Trời ạ, mẹ ơi, mẹ với ông ngoại đã xem đi xem lại cái video này bao nhiêu lần thế?" tôi nói. "Có tới… ối chà…"

Phần hiển thị hiện ra hàng chục lời nhận xét:

Cậu ấy cute quá!

OMG! Mình yêu Justin

Hát hay lắm! Cậu nhóc dễ thương!

Im đi, đồ ngu

Có mà cậu im đi ấy! Đừng để ý đám người hay ganh ghét ấy, Justin. CẬU THẬT SEXY!

Thật điên rồ. Các video hát rong cũng có tới hàng trăm lượt xem và số lượng lời nhận xét tương tự. Mùa hè cứ thế trôi qua, hàng trăm biến thành hàng nghìn. Mẹ bắt đầu nhận được các cuộc gọi lạ từ những người chúng tôi không hay biết.

"Justin có người đại diện chưa?"

"Tôi muốn nói chuyện với chị về việc làm quản lý của Justin."

Chúng tôi không mấy hào hứng trước việc này, vì mẹ cho rằng những người đó lừa đảo - hoặc thậm chí tệ hơn ấy chứ. Mẹ nhận được email từ nhà sản xuất chương trình truyền hình *Maury* (mà hồi ấy vẫn hay được gọi là *The Maury Povich Show*), nhưng tôi thậm chí còn chẳng biết chương trình của ông ta nói về cái gì.

"Ông thấy chương trình đó đưa lên toàn những thể loại người ngớ ngẩn," ông ngoại nói. "Hoặc họ cho người ta lên hình để làm xét nghiệm huyết thống xem ai mới là cha đứa trẻ."

Khiếp! Chúng tôi nhất định không quan tâm đến chương trình *kiểu đó*.

CÚ ĐIỆN THOẠI CỦA CUỘC ĐỜI

Một hôm, mẹ nhận được điện thoại từ cơ quan quản lý trường học. Một người tên Scooter Braun đã gọi cho họ để tìm một cậu bé ở Stratford.

"Tôi chẳng tin tưởng bất cứ ai trong ngành âm nhạc hết," mẹ trả lời. "Mong họ hãy để con tôi yên."

Họ cho mẹ tôi số điện thoại của Scooter, nhưng mẹ không gọi lại cho anh. Thế là Scooter bắt đầu gọi loanh quanh những người sống ở khu vực đó để tìm chúng tôi. Anh dai dẳng đến nỗi mẹ đành đồng ý gọi cho anh từ một số điện thoại không hiển thị số để nghe anh trình bày đầu đuôi.

"Xin chị đấy Pattie, hãy nghe tôi nói một phút thôi," Scooter nói. "Nếu sau đó chị không muốn nói chuyện với tôi thì tôi sẽ không làm phiền chị nữa đâu. Tôi chỉ muốn nói rằng tôi thấy con chị có tố chất rất đặc biệt. Và tôi thấy nhiều phần của mình trong cậu bé, chỉ có điều khi bằng tuổi ấy tôi không có năng khiếu gì. Tôi nghĩ tôi có thể giúp cậu ấy."

Mẹ không cúp máy ngay tắp lự, điều ấy khiến tôi suy nghĩ. Có lẽ chuyện này là sự thật. Có lẽ đây là cách mọi chuyện bắt đầu. Ý tôi là, khi bạn hát dưới vòi sen, vờ như mình là ngôi sao nhạc rock, bạn không thật sự nghĩ xem chuyện thành ngôi sao sẽ diễn ra thế nào. Rõ ràng Scooter đã khiến tôi để tâm, nhưng những gì anh nói giống như trong phim vậy, không giống những gì xảy ra với con người thực ở cuộc sống thực. Nhưng cuộc đời của chính Scooter nghe cũng chẳng khác gì phim.

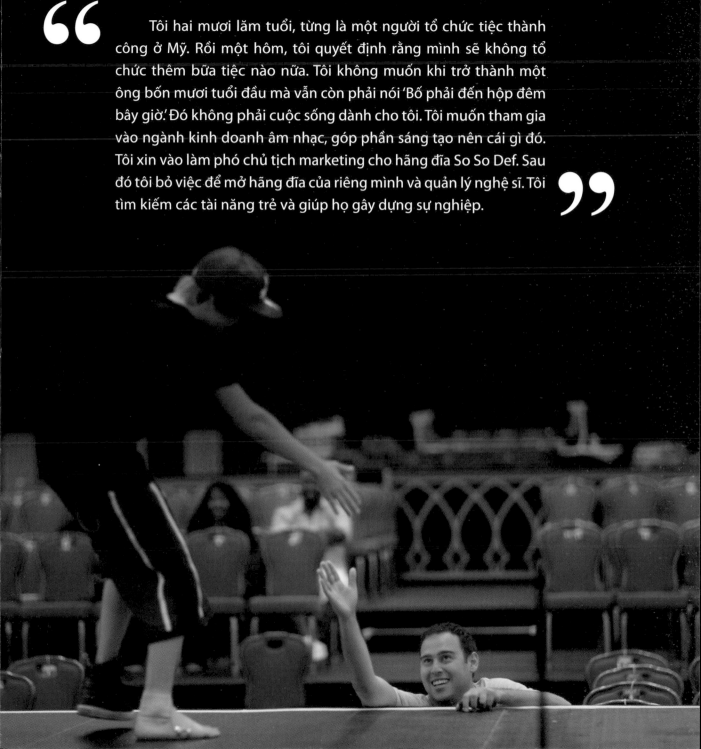

"Tôi hai mươi lăm tuổi, từng là một người tổ chức tiệc thành công ở Mỹ. Rồi một hôm, tôi quyết định rằng mình sẽ không tổ chức thêm bữa tiệc nào nữa. Tôi không muốn khi trở thành một ông bốn mươi tuổi đầu mà vẫn còn phải nói 'Bố phải đến hộp đêm bây giờ.' Đó không phải cuộc sống dành cho tôi. Tôi muốn tham gia vào ngành kinh doanh âm nhạc, góp phần sáng tạo nên cái gì đó. Tôi xin vào làm phó chủ tịch marketing cho hãng đĩa So So Def. Sau đó tôi bỏ việc để mở hãng đĩa của riêng mình và quản lý nghệ sĩ. Tôi tìm kiếm các tài năng trẻ và giúp họ gây dựng sự nghiệp."

"Thế bây giờ cậu đang gây dựng sự nghiệp cho ai vậy?" mẹ tôi hỏi, sẵn sàng dùng Google lật tẩy anh nếu anh định lừa mẹ.

"Tôi vừa ký hợp đồng với một rapper tên là Asher Roth. Cậu ấy mới khởi nghiệp thôi, nhưng chúng tôi đã lên những kế hoạch tham vọng và tôi rất háo hức trước những cơ hội của cậu ấy. Pattie ạ, có lẽ điều quan trọng nhất chị cần biết về tôi chính là tôi muốn đảm bảo con trai chị sẽ không bao giờ phải nói 'giá như.'"

Sau một cuộc nói chuyện dài dẳng dặc, cuối cùng Scooter cũng ghi điểm với mẹ tôi. Anh cho mẹ một danh sách dài những người giới thiệu ấn tượng, và rốt cuộc họ thảo thuận về gia đình và đạo đức trong khoảng hai tiếng đồng hồ. Anh có vẻ là người tốt. Mẹ tôi hứa sẽ suy nghĩ về chuyện này, nhưng mẹ nhắc tôi đừng có quá hy vọng.

Lúc này, lượt xem trên YouTube đã lên tới hàng chục nghìn. Một video còn được xem tới 72.000 lần và nhận vô số "honors" - "bằng danh dự" - vốn hiện lên khi video thu hút nhiều sự quan tâm. Năm học mới bắt đầu vào mùa thu, và một ngày nọ, trong giờ thông báo buổi sáng, nhà trường chiếu một đoạn phim dựng từ các video YouTube của tôi, cuộc điện thoại hỏi thăm của Scooter đã khiến họ chú ý đến chúng. Ở trường, tôi vẫn giữ danh tính bí mật. Đám học sinh không ai biết tôi chơi nhạc. Chúng nó không chơi bời ở những khu dành cho khách du lịch nơi tôi hát rong. Tôi chưa đầy mười ba và vẫn đang chờ đến lúc nhổ giò. Nếu có biết chút gì về tôi thì người ta cũng chỉ biết tôi là một vận động viên. Vài kẻ nghĩ rằng họ có nhiệm vụ đưa tôi về đúng chỗ của mình, tôi cảm giác đoạn phim này sẽ khiến họ còn khó khăn hơn nữa với tôi, và tôi thấy lòng mình chùng xuống.

Cuối cùng mẹ cũng để tôi nói chuyện điện thoại với Scooter, tôi đã thốt lên, "Ê, sao anh lại làm thế? Xấu hổ quá đi mất. Anh không biết bọn lớp tám vẫn ăn tươi nuốt sống những kẻ bị thương hay sao? Tôi không cần thể hiện kiểu đó đâu."

Scooter phá lên cười, khiến tôi cũng phải cười theo. Sau khoảng một tiếng đồng hồ, hai anh em nói chuyện như thể đã quen biết nhau hàng bao nhiêu năm trời rồi. Chúng tôi giống nhau ở rất nhiều điểm, một trong những điểm quan trọng nhất là chúng tôi thích nhiều loại nhạc giống nhau.

"Justin à," anh nói, "anh rất vui vì được nói chuyện với em. Anh đã có lời với mẹ em và có vẻ như cô ấy sẽ cho phép em đến Atlanta trên chuyến bay đầu tiên trong đời em. Khi em đến đây, mình sẽ xem em có thể đánh bại anh trong trò HORSE như em đã tuyên bố không nhé." Từ đó đến nay chúng tôi vẫn chơi trò HORSE.

"Không đâu," tôi đáp. "Hai mẹ con em sẽ đi Disney World. Em đã tiết kiệm tiền mua vé rồi. Đó là kỳ nghỉ đầu tiên của hai mẹ con, em sẽ trả tiền cho vụ này."

Anh vẫn cố thuyết phục chúng tôi, và đêm đó hai mẹ con tôi bàn bạc đến khuya.

"Đây có thể là một cơ hội tuyệt vời, mẹ ạ. Con không muốn làm hỏng nó."

"Nếu đây là việc con muốn làm…" mẹ gật đầu, "thì mình hãy tới Atlanta thôi. Disney World vẫn còn đó khi ta quay về."

VƯƠN TỚI TRỜI CAO

Hai mẹ con tôi lên chuyến bay đầu tiên trong đời vào mùa thu năm 2007. Chúng tôi rời bỏ mặt đất, bay lên trời. Cảm giác ấy hết sức tuyệt vời, đúng như tôi vẫn hằng mường tượng. Tôi đã thấy máy bay trong không trung cả đời rồi, nhưng khi còn bé tí, tôi tưởng cái đó chỉ dành cho những người giàu. Tôi biết chuyện đi máy bay không hẳn là bất khả, nhưng những người như mẹ con tôi bẩm sinh đã bám chặt trên mặt đất. Có lẽ tôi cũng nhìn nhận ngành kinh doanh âm nhạc theo cách tương tự. Tôi thấy những người như Beyoncé, Usher và Justin Timberlake như ở tít trên các vì sao. Liệu tôi có thể nào làm những gì họ làm không? Có vẻ như Scooter nghĩ tôi có thể, tôi muốn tin nhưng tôi phải thực tế. Tôi biết chừng nào còn chưa có gì thực sự đáng nói trong tay thì đừng có đi ba hoa khắp trường. Vả lại, nỗi thất vọng nếu chuyện không thành hiện thực sẽ là quá khắc nghiệt với tôi.

Khi chúng tôi hạ cánh ở Atlanta, Scooter ra sân bay đón trên chiếc Mercedes màu tím. Có vành bánh.

Tôi thốt lên khi thấy nó, "Tuyệt đỉnh!"

Mẹ chỉ lắc lắc đầu. Scooter xuống xe, và trước khi ném hành lý của hai mẹ con vào cốp, anh khiến chúng tôi ngạc nhiên bằng một vòng ôm thật chặt.

"Mọi người sao rồi? Tôi là Scooter."

"Rất vui được gặp anh. Em là Justin."

"Bánh xe đẹp đấy," mẹ nói.

"Scooter làm trò hề suốt… chúng tôi hòa hợp ngay lập tức."

"Đây là chiếc xe hơi đầu tiên anh tự mua cho mình đấy," anh bảo. "Trả bằng tiền mặt từ hồi anh còn tổ chức tiệc tùng. Giờ anh là một con người khác rồi. Đi theo một dòng việc khác. Nhưng anh vẫn thích chiếc xe này."

"Nó đỉnh quá," tôi xuýt xoa. "Dàn âm thanh nổi thế nào ạ?"

"Inh tai luôn," Scooter đáp.

"Anh bật đi!"

Anh bật dàn âm thanh nổi lên, và tôi bắt đầu hát "Umbrella" theo Rihanna và Jay-Z. Rồi mẹ cũng hòa giọng, và chẳng mấy chốc chúng tôi cùng hát và cười với nhau. Scooter làm trò hề suốt, giả giọng Mike Tyson và Arnold Schwarzenegger. Chúng tôi hòa hợp ngay lập tức. Mẹ tôi tỏ vẻ không tin nổi. Mẹ nói, "Chưa từng có ai cùng chúng tôi làm trò ngớ ngẩn như thế này."

"Nếu hai mẹ con đồng ý thì anh sẽ lái thẳng đến phòng thu của Jermaine Dupri," Scooter nói.

"Đồng ý quá chứ lại còn," tôi đáp liền. "Quá tuyệt."

Tôi biết Jermaine Dupri rất có uy tín. Trước kia ông ấy đã từng giới thiệu những nghệ sĩ biểu diễn trẻ cực kỳ thành công - rapper Kris Kross, Da Brat và Lil Bow Wow - sau đó ông làm việc với Mariah Carey, Luther Vandross và cơn cảm nắng của mẹ ngày xưa, Boyz II Men.

"Chỉ là cuộc thăm viếng thân mật thôi hiểu không?" Scooter nói. "Chúng ta chỉ đến đó chơi bời và làm vài ván điện tử thôi. Anh chưa muốn em hát cho họ nghe ngay đâu. Kế hoạch của ta là để họ biết em trước, rồi sẽ cho họ xem mấy đoạn video, rồi anh em mình sẽ cùng tìm một bài gì đó để em hát thử cho họ nghe. Em không đến đó để thử giọng, hiểu chưa?"

"Hiểu ạ."

Chúng tôi tấp vào bãi đậu xe của phòng thu tư nhân, ngay trước một chiếc Range Rover màu đen. Người lái xe bước xuống, và hàm tôi như muốn rơi xuống đất.

"Ôi Chúa ơi! Có phải Usher kia không?"

Cảm giác lúc ấy giống hệt như khi máy bay cất cánh vậy. Tôi như ở trên mây. Tôi như bay giữa những vì sao! Thật điên rồ, tôi không thể tin nổi. Tôi nóng lòng mong đến lúc nhìn mặt Chaz và Ryan khi tôi kể cho chúng nó nghe mình đã ngồi chơi với Usher. Trước khi Scooter kịp ngăn lại, tôi đã nhảy khỏi xe băng qua bãi đỗ.

"Ê, anh Usher! Ê này! Ôi trời ơi, em mê anh lắm. Em hát cho anh nghe nhé?"

"Thôi đi nhóc, ngoài này lạnh lắm," Usher nói. "Cứ vào trong kia đã."

Người ta vẫn cho rằng tôi hoàn toàn tình cờ gặp Usher trong bãi đậu xe ở Atlanta và hai mươi phút sau đã có được hợp đồng thu âm. Nhưng thực ra, phải gần một năm sau tôi mới gặp lại Usher. Anh ấy hoàn toàn gạt phăng tôi đi, chào Scooter rồi đi vào tòa nhà để gặp người mà anh đang muốn gặp. Tới giờ tôi vẫn chọc Usher về chuyện đó. Về sau anh có kể với ai đó rằng anh nghĩ tôi là em họ của Scooter hay đại loại thế. Ha ha.

Khi Usher vào trong, Scooter nhìn tôi chăm chăm như muốn nói… Giời ạ!

"Tôi nóng lòng mong đến lúc nhìn mặt Chaz và Ryan khi tôi kể cho chúng nó nghe mình đã ngồi chơi với Usher."

Nhưng anh chỉ nói đừng hát cho Jermaine Dupri thôi. Anh có nói gì về Usher đâu. Chúng tôi đi vào gặp JD và làm vài ván điện tử. Chốc chốc tôi lại mường tượng ra cảnh mình kể với Chaz và Ryan, "Thế là tớ ngồi đó chơi bời với các chiến hữu ở phòng thu…" Còn mẹ thì vẫn cảnh giác cao độ, chưa sẵn sàng tin rằng chuyện này thật sự đi đến đâu. Chúng tôi chỉ ngồi tán gẫu, rồi tôi bắt đầu đọc đoạn rap của Nelly trong bài "Grillz", một bài hát nổi tiếng anh ấy thu ở chỗ Dupri.

Mới đầu họ phá lên cười. Cảm giác khi thấy một thằng nhóc da trắng hát Nelly có lẽ là hơi kỳ lạ, nhưng rồi Jermaine nói, "Khoan, khoan. Đợi tôi đi lấy camera."

Ông ấy trở lại và bảo tôi đọc rap lại từ đầu để thu hình.

"Thật khác thường," ông ấy nói khi tôi xong. "Thật điên rồ. Thằng bé này là thể loại gì vậy - Scooter con à?"

Ông cười lớn vì thích thú - tôi có thể thấy rõ ông và Scooter rất thân thiết và ông vui vì cuộc gặp gỡ này, nhưng không bằng tôi đâu. Ý tôi là, thôi nào, tôi chỉ là một thằng bé đến từ Stratford, bang Ontario, vậy mà tôi lại được ở đây gặp gỡ Jermaine Dupri!

"Hát mới là nghề chính của cậu ấy," Scooter nói.

Jermain kêu lên, "Thế thì tôi phải nghe thôi."

"Không đâu, không phải hôm nay," Scooter nói. "Cậu bé vừa bay đến, em còn chưa kịp…"

Tôi bật ra vài câu của Boyz II Men. Một lần nữa, Scooter lại nhìn tôi. Giời ạ!

Jermain nhìn Scooter dò hỏi.

"Chưa đâu, anh bạn," Scooter ha hả rồi mỉm cười.

Nhìn mặt Scooter là tôi hiểu ra đã đến lúc phải đi rồi, rằng chuyện này không nằm trong kế hoạch của anh ấy. Trong những năm qua, Scooter và tôi đã học được cách phối hợp làm việc ăn ý với nhau, nhưng lúc ấy chúng tôi mới chỉ bắt đầu. Chúng tôi quay lại xe.

"Chúng ta sẽ không đi đường tắt," Scooter nói. "Chúng ta sẽ lên kế hoạch kỹ lưỡng và làm cho đúng."

"Tôi không biết gì về tất cả những thứ này," mẹ lên tiếng. "Chỉ là… Giá tôi biết nhiều hơn về ngành này. Giá tôi biết nhiều hơn về cậu với tư cách một con người. Ý tôi là, cậu đang đề nghị được trở thành một phần quan trọng trong cuộc đời con trai tôi, một hình mẫu kiên định. Tôi chưa thể cho phép nếu như chưa… Tôi cũng không biết nữa."

"Tôi bay lên trời rồi. Quanh tôi là các vì sao. Thật là phê!"

"Gặp gỡ gia đình tôi có khiến chị dễ quyết định hơn không?" Scooter hỏi.

"Ừ. Chắc là sẽ được đấy. Tôi sẽ cảm thấy thoải mái hơn nhiều."

"Thật ra ngày mai bố tôi sẽ ghé qua Atlanta trên đường từ một cuộc thi diều lượn gì đó về nhà. Chị sẽ mến ông lắm đấy. Bố tôi tạo nên người đàn ông là tôi hôm nay. Ông là người bạn tốt nhất của tôi, nhưng tôi rất kính trọng ông. Rồi chị sẽ thấy. Chỉ cần bằng một nửa bố tôi là tôi đã bằng lòng lắm rồi."

"Đúng là anh còn trẻ, nhưng anh lễ phép và siêu nhiệt tình. Anh biết nhiều về ngành này. Và anh tin tưởng tôi."

Hôm sau, chúng tôi đến nhà hàng ở sân bay để gặp bố của Scooter: bác sĩ Ervin Braun, một nha sĩ mê thể thao mạo hiểm. Còn mẹ anh là một bác sĩ chỉnh răng mê các bộ môn nghệ thuật sáng tạo. Mẹ tôi quyết định rằng anh chàng Scooter cưỡi xế hộp tím này xét cho cùng cũng được. Anh là tín đồ Do Thái sùng đạo. Gia đình anh tình cảm, cơ bản và thành đạt. Đúng là anh còn trẻ, nhưng anh lễ phép và siêu nhiệt tình. Anh biết nhiều về ngành này. Và anh tin tưởng tôi.

Hai mẹ con tôi chỉ lưu lại Atlanta vài ngày, nhưng trước khi đi chúng tôi đã kịp lập kế hoạch: chúng tôi sẽ tiếp tục đăng các đoạn video lên YouTube, thu hút nhiều lượt xem và xác định xem tôi sẽ làm gì. Scooter có rất nhiều ý tưởng về những bài tôi có thể hát, cũng như chiến lược giới thiệu và liên kết chúng với lượng fan đang lớn dần. Toàn là những bài tôi thích nên tôi hoàn toàn nhất trí. Trong vài tháng tiếp theo, chúng tôi sẽ thu và tải lên những đoạn video mới, mẹ và Scooter sẽ thức cả đêm để theo dõi các con số tăng dần và đếm các "bằng danh dự".

CHÚC MỪNG NĂM MỚI

Giáng sinh năm 2007, chúng tôi đến nhà ông bà ngoại như thường lệ. Đêm Giao thừa năm ấy, chúng tôi ngồi băn khoăn không biết năm 2008 sẽ mang đến những gì.

"Anh nghĩ em nên hát 'With You'," Scooter bảo tôi. "Bài đó bây giờ đang hot, anh biết em sẽ hạ gục nó ngay tắp lự."

Tôi thấy ý đó hay tuyệt. Tôi thích bài ấy nên chẳng mất bao lâu để học, và tôi nóng lòng chờ mẹ thu hình lại. Thật không may, trước hôm quay một ngày, tôi cắt một kiểu tóc xấu tệ. Mái tóc dài chải lệch thương hiệu của tôi đã bị cắt phăng thành một thứ vuông chằn chặn gợi nhớ tới Bart Simpson. Cũng khá thích hợp, vì mẹ ghi hình trong phòng tôi ở nhà ông bà ngoại với poster Bart Simpson trên bức tường đằng sau. Chỉ có điều do khung hình có hạn nên ta chỉ nhìn thấy phần hông của Bart Simpson[1]. Và mấy hình cầu thủ khúc côn cầu bé tí. Sau vài phút hát say sưa thì tôi đứng dậy, khi ấy bạn còn thấy cả poster Tupac nữa, và tôi đoán những thứ đó có thể tóm tắt lại tính cách của tôi - Bart Simpson và Tupac. Ha ha. Tôi không ngần ngại khi nói rằng, Scooter đã đúng - tôi thật sự đã đốn hạ bài hát ấy. Đó là tất cả những gì tôi quan tâm. Tôi nghĩ mình đã biểu diễn thành công bài hát đó và nóng lòng chờ đến lúc cho anh xem.

Lúc mẹ tôi gửi đoạn video cho Scooter, anh đang ở lễ trao giải Grammy, anh thích bài hát. Nhưng ngoại hình của tôi thì… ừm, anh không hài lòng cho lắm. Anh nhắn tin cho mẹ: "Bài này hay quá,

---

1. Nhân vật trong series phim hoạt hình nổi tiếng *The Simpsons*.

nhưng hãy quay lại khi tóc cậu bé dài ra."

Nhưng tin nhắn ấy bị cắt mất phần cuối. Mẹ chỉ nhận được "Bài này hay quá" nên đăng luôn lên YouTube. Đến lúc Scooter gọi điện bảo mẹ gỡ xuống, đoạn video đã đạt tới 25.000 lượt xem.

"Wow!" anh thốt lên. "Đành xem chuyện gì sẽ xảy ra vậy."

Chưa đầy một tháng bài hát hay ho với mái tóc xấu xí đã đạt được một triệu lượt xem.

Bây giờ thì tất cả các video gần như ngay lập tức đều có một triệu lượt xem, tôi không biết nói sao để diễn tả lòng biết ơn của mình tới các bạn, nhưng đoạn video đầu tiên đó - cảm giác lúc ấy xúc động không tả nổi.

Mẹ tôi cùng anh Scooter làm việc vất vả cả ngày lẫn đêm. Lúc đó anh Scooter và chị Carin đã yêu nhau rồi, nên Carin tội nghiệp cũng bị cuốn vào vòng xoáy. Cứ thỉnh thoảng Scooter lại mua vé cho chúng tôi bay tới chỗ anh để gặp gỡ người này người kia, nhưng không ai mảy may quan tâm đến tôi. Cả nhóm càng lúc càng thất vọng. Chúng tôi đã đầu tư quá nhiều công sức và lượt xem trên YouTube đã vượt quá mức mong đợi, nhưng không ai trong ngành âm nhạc ở "thế giới thực" quan tâm đến chuyện đó. Chúng tôi cứ nghe đi nghe lại mãi những câu như, "Không có chương trình truyền hình thì không thể quảng bá một đứa trẻ được. Nếu nó không được lên Nickelodeon hay Disney thì hãy quên đi."

Scooter kiên trì thuyết phục mọi người, "Cậu bé này đã sẵn có một lượng fan khổng lồ rồi. Họ ở ngay ngoài kia thôi. Nếu ta phát hành đĩa thì họ sẽ làm nốt phần còn lại." Nhưng chuyện như thế chưa từng xảy ra trong ngành kinh doanh âm nhạc. Ai cũng nằm lòng khái niệm về một đoạn video có tính lan truyền, nhưng chưa từng có ai sử dụng điều đó để quảng bá thành công một tiết mục lớn. Việc ai cũng nói "không" dường như lại càng khiến cho Scooter phấn khích. Anh bảo thế thì khi chuyện này thành hiện thực cảm giác chiến thắng sẽ ngọt ngào hơn.

"Không việc gì lớn lao lại đạt được dễ dàng cả," anh nói với tôi.

Đêm hôm khuya khoắt, nói chuyện điện thoại với Scooter, tôi bảo anh, "Bọn mình phải biến điều này thành hiện thực. Càng nghĩ em càng thêm mong muốn đạt được điều đó. Em cứ kể gì ở trường là chúng nó lại nghĩ em là thằng hâm."

"Chúng nó ghen tị thôi mà," Scooter an ủi.

"Ghen với cái gì kia chứ? Bọn nó nghĩ em dựng chuyện. Bọn nó nói những câu đại loại như, 'Nếu nổi tiếng thế thì sao mày không lên MTV đi hả Bieber?'; 'Ê, Bieb, có phải mày sẽ đến Neverland ăn trưa với Michael Jackson không?'"

"Có lẽ chúng ghen tị vì em có một điều để mà tin vào."

Tôi không nghĩ ra chuyện đó.

"Chuyện này sẽ thành hiện thực, Justin à," anh nói tiếp. "Thứ duy nhất có thể cản đường em chính là bản thân em. Trong cái ngành này, người ta thất bại - ý anh là những người thật sự tài năng ấy - đều không phải vì lý do âm nhạc. Mà là vì cuộc sống riêng của họ. Hãy tập trung và đừng để tâm những lời vớ vẩn người khác nói. Đó không phải em, đó là họ. Đó là nơi u ám mà họ muốn sống. Em chọn sống ở một nơi tươi sáng."

"Không việc gì lớn lao lại đạt được dễ dàng"

CHƯƠNG 5

KHỞI ĐẦU CUỘC ĐỜI MỚI

justinbieber không tin giấc mơ trở thành sự thực ư? Nghĩ mà xem nhé - giờ đây số người tôi follow trên Twitter nhiều hơn toàn bộ dân cư ở thị trấn quê tôi. Giấc mơ chắc chắn có thể trở thành sự thực.

5:08 30/04 qua Web

Chương trình gặp gỡ fan VIP trước buổi biểu diễn là cơ hội cho tôi xuất đầu lộ diện trước một nhóm người hâm mộ trước khi toàn thể khán giả tiến vào hội trường. Đêm mở màn tour, khoảng hai trăm cô gái xinh đẹp tụ tập ngay trước sân khấu. DJ của tôi, Tay James, cùng tôi bước lên sâu khấu khuấy động không khí. Anh thực sự biết cách thổi nhiệt. Dan vừa tiến ra là lập tức chúng tôi cùng ngẫu hứng một đoạn "Crazy Train" nho nhỏ, thế rồi tôi kêu thêm Scooter.

"Một tràng pháo tay cho quản lý của tôi, Scooter Braun!"

Fan vô cùng thích thú khi tôi lôi Scooter ra. Ở vai trò người quản lý thì anh có thể giải quyết mọi vấn đề xuất hiện - tháo gỡ mọi rắc rối, sửa chữa mọi sai lầm - ngoài ra đồng thời anh cũng là một trong những người sáng tạo nhất tôi từng gặp. Anh có khả năng bắt chước người khác cực kỳ giống. Các cô gái bên dưới gào thét ầm ĩ. Họ đều biết anh là ai.

"Scooter, ra sân khấu đi nào! Bắt chước Schwarzenegger đi. Làm ơn mà! Thôi nào. Bắt chước đi."

Anh cầm mic rồi nói, "Mua ahlbum của Jostin Beebah ngay nếu không tôi sẽ bẻ gãy tay bạn làm gậy đánh bạn dừ tử."

Ai nấy cười nghiêng ngả, rồi anh chuyển sang giả điệu bộ Mike Tyson.

"Tôi chỉ muốn nói… Juthtin Bieber đã biến tôi trở thành một gã bớt cô đơn."

"Obama! Scooter, bắt chước Obama đi!" Anh cố xua vụ này đi và toan bỏ trốn, nhưng tôi đã bắt nhịp cho đám đông đồng thanh la lên, "Obama! Obama! Obama!"

"Ồ, các bạn biết đấy, đây là vấn đề thay đổi. Hai cô con gái đáng yêu của tôi, Sasha và Malia, đều là fan trung thành của anh chàng ngay đây. Và tôi phải nói với các bạn rằng tôi yêu Bieb."

"Scooter là một trong những người sáng tạo nhất mà tôi từng gặp."

Chúng tôi tổ chức một màn giao lưu Hỏi/Đáp ngắn. Hầu hết chỉ là những câu hỏi thông thường, nhưng tôi không thấy phiền, vì mọi người đều đang vô cùng phấn khích. Sức nóng đã dâng lên.

Scooter vẫy tay về phía cuối nhóm khán giả.

"Đúng rồi, bạn đấy. Anh chàng hom hem phía cuối đằng kia. Bạn muốn hỏi à?"

"Vâng," anh ta nói. "Tối nay cậu có khách mời đặc biệt tới tham dự không?"

"À, để xem nào," tôi đáp. "Mẹ tôi đã đến này, tất nhiên rồi, cả ông bà tôi nữa. Rồi còn có anh bạn quý…"

Tôi chưa kịp xướng tên Usher thì đám đông đã thấy dáng anh đi ra sân khấu phía sau lưng tôi. Cả khán phòng như phát cuồng. Usher thân mật khoác vai tôi. Chúng tôi diễn lại cái bắt tay bí ẩn nổi tiếng

"Đây là bước đầu tới đỉnh cao."

của chúng tôi. Anh vẫy tay chào rồi lui vào cánh gà trong tiếng vỗ tay cuồng nhiệt.

Dan và tôi thu dọn mọi thứ. Nhóm fan VIP đi lên khu tiếp tân trên lầu. Khán phòng tĩnh lặng trong thoáng chốc. Dưới sân khấu Usher và tôi ngồi ở mép lối dốc xuống khán đài khẽ chuyện trò.

"Một hành trình thành công luôn khởi hành từ bước đầu tiên," anh nói với tôi. "Hiển nhiên bước đầu tiên là bước gian truân nhất. Đòi hỏi một người trẻ tới vậy đạt được kỹ năng điêu luyện phi thường như thế quả là quá sức. Em phải thong thả. Thoải mái đi. Phải biết rằng tất cả công việc cực nhọc này đã được đền đáp xứng đáng, giờ là lúc em hưởng thụ nó."

"Được ạ," tôi đáp. "Cả tuần nay mọi người cứ 'khủng bố' bắt em phải giữ giọng, nhưng giờ chúng ta cần tập dượt lại. Em muốn mọi thứ diễn ra hoàn hảo. Em không muốn để ai thất vọng."

"Em biết tinh thần của toàn thể gia đình này rồi đấy. Rất phóng khoáng, rất tự nhiên, tràn ngập yêu thương. Chúng ta đang cố chăm sóc em. Rõ ràng giọng của em là nhân tố quan trọng nhất. Người ta không thể nghe nhạc suông khi xem em nhảy, vì thế chúng ta phải bảo vệ giọng hát ấy, và đó chính là lý do vì sao anh muốn tới tham gia show mở màn này. Anh muốn đảm bảo em đã quán triệt rằng em cần giữ sức. Không phải mọi thứ đổ dồn hết vào một đêm đâu đấy nhé. Hãy nghĩ đến tám mươi lăm show sắp tới."

"Ôi, những ngày này em cũng chỉ nghĩ được chừng ấy thôi. Anh đùa đấy à? Tám mươi lăm show trong sáu tháng. Em hiểu rồi."

"Tôi muốn mọi thứ diễn ra hoàn hảo. Tôi không muốn để ai thất vọng"

"Tám mươi lăm là con số cực lớn. Thật khủng khiếp. Nhưng bước đầu tiên này thể hiện thực tế rằng một ngày này đó đích cuối cùng sẽ xuất hiện. Khi chạm tới con số tám mươi lăm thì em đã có bề dày đáng nể, khi ấy em sẽ được công nhận là một nghệ sĩ kỳ cựu - không phải một hiện tượng bong bóng - và bước tiếp theo là tour diễn vòng quanh thế giới. Đây là bước đầu tới đỉnh cao! Em sẽ tiến được thật xa như em mong muốn. Nhưng em phải tỉnh táo. Em phải biết tiết chế trên sân khấu cũng như trong cuộc đời."

Đó là một bài học khó tiếp thu đối với tôi khi mà tôi đang dấn bước vào hành trình này. Kiên nhẫn. Thong thả. Nhưng chúng tôi đã làm được điều đó. Sau video "With You" với kiểu đầu khó coi và vụ đũng quần Bart Simpson đó, video tiếp theo chúng tôi đưa lên YouTube là clip tôi hát cho Usher vào tháng Hai năm 2008.

NGƯỜI BẠN TRI KỶ

Cách tất cả chuyện này diễn ra khiến tôi nghĩ tới bộ phim hoạt hình *Horton Hears a Who*[1]! Scooter là chú voi; anh đang cố nói với lũ kangaroo và vẹt mào trong nghề nhạc rằng ở ngoài kia có một lượng fan khổng lồ, nhưng mãi mà chẳng ai chịu tin anh ấy. Anh quyết định rằng chúng tôi cần có bên mình sức mạnh của ngôi sao nào đó. Chúng tôi cần gặp gỡ các hãng nhạc, tiếp xúc với những người nổi tiếng có thể giúp chúng tôi ra đĩa. Scooter biết hai ứng viên tuyệt vời

---

1. Bộ phim hoạt hình về chú voi Horton phát hiện ra cả một thành phố tí hon trong một hạt phấn hoa. Chú nghe thấy tiếng khóc từ hạt phấn và cho dù không nhìn thấy, chú vẫn quyết định giúp đỡ và bảo vệ các cư dân của thành phố ấy, không mệt mỏi thuyết phục những người khác về sự tồn tại của họ. Tên tiếng Việt phổ biến của bộ phim là *Voi và những người bạn*.

cho việc này: Justin Timberlake và Usher. Cả hai bọn họ đều làm mưa làm gió từ khi mới mười mấy tuổi, và đã chuyển tiếp xuất sắc thành những ngôi sao tỏa sáng khi trưởng thành. Cả hai đều dễ mến, được chủ các hãng đĩa hết sức kính trọng. Chúng tôi tìm cách để nghị hai người họ xem các video của tôi trên YouTube, những video giờ đây cho thấy rõ tôi đã trưởng thành như thế nào - cả về thể hình lẫn chất giọng - và có bao nhiêu người hâm mộ đang mong chờ tôi đưa thêm gì đó lên mạng.

Usher nói với Scooter, "Cậu bé này ở đâu ra vậy? Sao tôi chưa từng thấy cậu ấy nhỉ?"

"Anh thấy rồi," Scooter nói. "Chính là anh chàng ở trong bãi đỗ xe hôm nọ. Nhớ không? Cậu ấy đã muốn hát cho anh nghe."

"Ồ, ai mà chẳng muốn hát. Lúc ấy làm sao tôi nghĩ được cậu ấy xin như thế chứ?"

Timberlake có phản ứng tương tự. Cả anh ấy lẫn Usher đều muốn gặp tôi ngay. Mẹ và tôi chẳng tài nào kiềm chế được cảm giác lâng lâng như bay trên mây. Usher và Timberlake muốn gặp tôi thật ư? Không đùa đấy chứ? Thật vô ích khi cố nói với ai đó ở trường về chuyện này. Như thế chẳng khác gì nói với họ là tôi sắp được gặp CHUCK NORRIS, mà tất cả chúng ta đều biết không thể chạm vào gã đó. Đúng thế đấy. Đó là CHUCK NORRIS. Gã không cần Twitter, gã đã luôn dõi theo bạn.

Hai tuần trước ngày tôi tròn mười bốn tuổi, mẹ và tôi bay tới Atlanta để gặp Usher. Tôi đứng đó, mặc áo hoodie in dòng chữ Toronto Maple Leafs, hát ca khúc "You Got It Bad" trước anh. Anh ngồi đó, mặc áo khoác da, lắng nghe tôi hát. Chúng tôi ngồi xuống trò chuyện một lát, anh là một trong những người cool nhất tôi từng gặp. Từ con người anh tỏa ra sự thân thiện, điềm tĩnh, mạnh mẽ khiến chúng tôi cảm thấy vui chỉ vì đã có mặt ở đó. Mẹ tôi rất thích anh, chúng tôi như ở trên cung trăng khi Scooter bảo rằng Usher muốn tôi quay lại để bàn bạc những cách thức có thể làm việc cùng nhau, nhưng Scooter nói với anh, "Chúng tôi phải trao đổi với Timberlake nữa. Tôi đã hứa đưa cậu này tới gặp anh ấy."

Chúng tôi tới hãng của Justin Timberlake ở Memphis để gặp anh. Jessica Biel đang ở đó. Scooter thực sự phải đưa tay che mắt tôi để bắt tôi thôi nhìn chị ấy. Timberlake đến, và tôi hát bài "Cry Me a River" cho anh nghe.

"Phải gan lắm thì mới dám hát cho tôi nghe bài hát của chính tôi đấy," anh nói. Nhưng tôi nghĩ anh thích tôi, vì anh muốn tiến tới

"Khi nghe anh nói tôi biết rằng mình đã tìm được một người bạn tri kỷ"

một thỏa thuận hợp tác và chúng tôi dành phần còn lại của buổi chiều chỉ thư giãn cùng nhau xem giải bóng rổ March Madness. Timberlake đã và luôn là một tài năng xuất chúng, là một người mà tới nay tôi vẫn ngưỡng mộ và không ngừng học tập sự nghiệp của anh. Thật lạ thường khi anh muốn hợp tác với tôi - đứa trẻ tới từ một thị trấn nhỏ ở Canada. Cả Usher cũng vậy.

Tôi không tin nổi cuối cùng mọi chuyện đều ổn thỏa. Tôi gần như e sợ phải tin điều đó. Thứ duy nhất tôi có thể so sánh với nó là lần tôi nhảy bungee từ một cây cầu ở New Zealand cách đấy chưa lâu. Phải trải qua một chặng đường dài mới đến được nơi ấy, nhưng phút cuối cùng tôi đã tới nơi. Đứng đó. Sẵn sàng. Tôi không hề biết chuyện này sẽ như thế nào, nhưng tôi biết nó sẽ vô cùng kỳ diệu.

Mẹ và tôi lại bay xuống Atlanta, và Usher cho chúng tôi ở một khách sạn siêu sang trông như một vũ trụ hoàn toàn khác biệt so với tất cả những nơi tôi từng ở. Có điện thoại bên cạnh bồn cầu và có két sắt trong tủ. Tủ lạnh đầy ứ những thứ tụi trẻ thích ăn, và có một giỏ đồ chơi đại bự trong phòng tôi. Tôi lôi cái rubic ra và xếp xong trong vòng ba phút. (Trò này có mẹo). Khi tôi đưa cái rubic cho Usher, anh nhìn Scooter và nói, "Cậu nhóc này ở đâu ra vậy?"

Khi nói chuyện riêng với ai đó, Usher luôn nói khẽ, nhưng rất mãnh liệt và anh không bao giờ rời khỏi ánh mắt người nghe. Khi trò chuyện với tôi và mẹ tôi, anh vô cùng nhiệt thành và nói rất nhiều điều có ý nghĩa.

"Nếu em là một nhà du hành đi lên mặt trăng, trên đời này không có nhiều người mà em có thể chia sẻ trải nghiệm đó. Phải, nhưng anh chính là một phi hành gia đồng sự. Anh từng lên mặt trăng. Anh có thể đưa em lên rồi lại cho em xuống mặt đất an toàn.

"Họ giống như một đội đô vật."

Phần đẹp đẽ nhất của tất cả chuyện này là ta không có cơ hội nhìn ngắm một thứ khi đang ở bên trong nó. Giờ thì anh đã thực sự có cơ hội đứng lui lại phía sau để nhìn tất cả mọi thứ diễn ra lần nữa. Những khoảnh khắc phi thường ấy trên sân khấu... Bất chấp bao trở ngại, được nhìn ngắm vẫn là một niềm hoan hỉ, dù cũng thật khốn khổ, em biết đấy. Nhưng anh có thể trở nên có ích hơn, vì anh đã trải nghiệm cảm giác đó. Là một người trong ngành giải trí, anh đứng trên vai của những người khổng lồ mà về căn bản chính là những vị tổ nghiệp. Anh muốn chia sẻ mọi kinh nghiệm. Mọi kiến thức. Anh muốn chia sẻ với em và giúp em khiến khoảnh khắc này diễn ra."

Khi nghe anh nói tôi biết mình đã tìm được người bạn tri kỷ. Chúng tôi quyết định phát triển với Usher, và tôi chưa từng do dự dù chỉ một giây. Tôi là kẻ may mắn nhất thế gian khi có anh chắp cánh.

Scooter và Usher hình thành mối quan hệ cộng sự để giúp tôi gây dựng sự nghiệp, và đó dường như là một ý tuyệt hay. Scooter có thể bảo ban tôi rất nhiều điều, và tôi tin tưởng anh, nhưng anh không hiểu rõ cảm giác của tôi khi đối phó với cuộc sống dưới ánh đèn sân khấu như Usher. Họ giống như một đội đô vật, chỉ khác là thay vì lấy ghế gấp đập vào đầu tôi thì họ bắt tôi uống thật nhiều nước.

THỎA THUẬN CHÍNH THỨC

Khi Usher nói, ai cũng lắng nghe. Anh gọi cho nhân vật đã hỗ trợ anh khởi nghiệp, L.A. Reid, CEO của Island Def Jam Music Group. Ông là một huyền thoại của nền công nghiệp âm nhạc, người đã giới thiệu ra công chúng Mariah Carey, Pink, Avril Lavigne, TLC, Outkast, Toni Braxton, cùng hàng loạt danh ca từng giành giải Grammy và những nghệ sĩ lớn đã bán được trên hai triệu đĩa. Gã bảnh bao ấy là một kẻ có máu mặt. Tháng Tư năm 2008, mẹ và tôi tới New York gặp Scooter và Usher, ngay từ đầu tôi đã biết đó sẽ là một trong những khoảnh khắc quan trọng nhất cuộc đời mình. Ký kết hợp đồng ra đĩa ở Island Def Jam - đó chính là Chén Thánh. Chúng tôi đã thực sự lên đường. Tôi không được để mình nghĩ về nó quá nhiều nếu không tôi sẽ phát rồ lên mất.

Mấy ngày trước đó tôi có xem bộ phim *August Rush* (Thần đồng âm nhạc) và mê ly đoạn cậu bé chơi guitar theo phong cách vỗ đàn vô cùng cuồng nhiệt, cây guitar nằm bẹp trên mặt đất còn cậu đập tưng tưng lên nó như thể nó vừa là guitar vừa là trống lại vừa là piano. (Xem trên YouTube đi. Hay dã man.) Tôi dốc hết sức lực cương quyết thực hiện bằng được cách chơi đàn ấy. Thế nên sáng hôm gặp Usher tôi bị chóng mặt. Tôi đã chinh phục được ngón vỗ guitar đó, và Scooter đã quay video tiết mục ấy để chúng tôi có thể đưa lên mạng chia sẻ với người hâm mộ.

Lúc ngồi trong xe trên đường tới buổi hẹn, tôi vẫn hết vỗ lại đập liên hồi vào lòng mình, ngâm nga, bông đùa vớ vẩn khiến mẹ tôi bực điên lên. Cuối cùng chúng tôi bước vào văn phòng của L.A. Reid

justinbieber thật tuyệt vời… Đây là sáng hôm tôi được ký hợp đồng hồi hai năm trước. Vô cùng biết ơn.

14:53 13/04 qua Web

cùng với Chris Hicks từ Def Jam, một người có trách nhiệm đóng vai trò quan trọng trong việc định hướng sự nghiệp của tôi và là người đã nâng đỡ tôi trên mỗi bước đường ấy. Văn phòng của L.A. trông như một thánh đường - nếu bàn trong thánh đường cũng có xì gà. Tường chăng đầy những bức ảnh ghi dấu lịch sử âm nhạc: ông đang cười với Stevie Wonder và Lionel Richie, ông đứng bên hàng loạt chủ nhân của các bản hit đỉnh đám tại nhiều lễ trao giải Grammy, ông bắt tay Tổng thống Obama. Những ô cửa sổ khổng lồ nhìn xuống thành phố New York. Sofa trắng ngần như phím đàn piano. Tôi e ngại chẳng dám ngồi.

L.A. Reid chắc chắn là kẻ tinh tế nhất trên thế giới. Bộ vest thiết kế của ông đủ sắc sảo để khiến người nhìn phải lác mắt. Ông nói, "Vào đi. Rất vui được gặp, anh bạn trẻ."

Ông ngồi sau cái bàn còn lớn hơn cả chiếc ô tô của ông ngoại tôi. Scooter và Usher đẩy ghế qua hai bên, tôi cầm guitar đứng giữa phòng hát hai bài. Scooter nói, "Chơi tiết mục *August Rush* đi."

Tôi làm thế rồi đứng yên chờ đợi.

Cuối cùng L.A. thốt lên, "Ồ!"

Ông nhấc điện thoại gọi vài cuộc. Trong vòng ba mươi giây, sáu người nữa bước vào phòng, ngồi lên bộ sofa trắng.

"Chơi lại đi," ông nói, và bạn nên tin là tôi đã làm theo.

Chúng tôi cảm ơn mọi người. Mọi người cảm ơn chúng tôi. Họ đi. Chúng tôi ra về. Tôi nghĩ nếu cuộc đời mà là một bộ phim thì vị đạo diễn sẽ nói, "Cắt, cắt, cắt. Ở đây phải có gì đó hơn thế chứ. Kịch tính đâu? Khoảnh khắc thần kỳ đâu?" Nhưng đơn giản là mọi chuyện không diễn ra như thế. Cách nó diễn ra là bạn tới những cuộc gặp đó, rồi bạn về nhà và đợi và đợi và đợi… và tiếp tục đợi chuông điện thoại reo, cho tới khi bạn nghe thấy rằng bạn sẽ được tiến thêm một bước nhỏ. Hoặc không.

Mẹ và tôi trở lại Stratford, giật bắn người mỗi khi điện thoại reo, và cuối cùng - cuối cùng - nhận được tin báo thần kỳ mà chúng tôi hằng chờ đợi. Island Def Jam muốn ký hợp đồng với tôi. Tôi sướng như trên mây, nhưng Scooter nói, "Hết sức bình tĩnh nào. Chuyện này thật phi thường, nhưng chúng ta phải xem xét chi tiết trước rồi mới có thể ăn mừng."

Để giải thích ngọn ngành khía cạnh kinh doanh của toàn bộ việc này thì phải cần tới cả cuốn sách dày, nhưng Scooter muốn tôi hiểu nó, thế nên anh bắt tôi ngồi nghe. Mặc kệ tôi ngủ gật, gõ gõ chân, phát rồ vì chán ngấy, anh muốn tôi biết mọi chuyện đang diễn ra. Chỉ có duy nhất một điều tôi thực sự muốn biết: "Em có xe bus để đi tour không?"

"Cuối cùng thì em cũng quan tâm nhỉ," Scooter nói. "Anh thấy có xe tour bus dưới đường đấy."

"Tuyệt! Trên xe bus có Xbox không?"

Scooter cười lớn rồi nói, "Đừng có mơ."

Nói ngắn gọn thì công việc giấy tờ cuối cùng cũng hoàn tất, rồi mẹ và tôi bay đi Atlanta. Đêm hôm chúng tôi chính thức ký kết

"Island Def Jam muốn ký hợp đồng với tôi. Tôi sướng như trên mây."

thỏa thuận với Def Jam, Scooter đưa tất cả chúng tôi tới Straits, nhà hàng của Ludacris. Asher Roth, một ca sĩ khác do Scooter quản lý và bạn thân của Scooter là Boyder cũng đi cùng, họ không ngừng trêu chọc tôi chuyện tôi chúc mừng bằng bia gừng trong khi những người khác uống sâm banh và chuyện họ vẫn có thể thắng tôi mấy trò *Rock Band* và *Guitar Hero*, dù bấy giờ tôi đã được chơi ở đẳng cấp cao hơn. Thời điểm ấy Asher đã thực sự bùng nổ trên sân khấu nhạc rap, là ngôi sao đang lên mà mọi người (kể cả Eminem) phải nhắc tới.

Anh nói đại ý, "Anh sẽ theo dõi em, cậu nhóc. Anh không muốn thấy em vung tiền khắp nơi và bị mấy món đồ đèm đẹp cám dỗ. Em phải thật khiêm tốn."

"Hay lắm, Asher. Em sẽ chỉ để mọi người lẽo đẽo theo sau tung cánh hoa khắp mọi ngả em đi thôi," tôi đùa.

Scooter bảo nhà bếp mang ra một chiếc bánh sô cô la to tướng, và khi bánh được đặt lên bàn, anh đứng dậy tuyên bố với cả nhà hàng, "Mọi người? Nào, mọi người nhìn sang đây được không? Anh bạn trẻ này vừa ký hợp đồng ra đĩa với Island Def Jam!"

Đây là Atlanta, trung tâm âm nhạc của thế giới, tại một nhà hàng của Ludacris. Mọi người ngồi ở đó biết chuyện ấy hoành tráng ra sao. Cả gian phòng vỡ òa trong tiếng hoan hô chúc tụng và tiếng huýt sáo.

Thật xấu hổ - chẳng khác nào kiểu như những người phục vụ bước ra và hát bài "Happy Birthday" - nhưng xét cho cùng chúng tôi đã tiến bước cùng nhau nên đây là một khoảnh khắc vĩ đại. Chúng tôi thực sự đã trở thành một gia đình. Điều đó giúp tôi cảm thấy dễ

"Chỉ có duy nhất một điều tôi thực sự muốn biết: 'Trên xe bus có Xbox không?'"

dàng hơn một chút khi nghĩ tới chuyện phải rời xa Stratford. Mẹ và tôi trở về nhà và bắt đầu lên kế hoạch chuyển đến Atlanta. Cả mẹ và tôi đều không tin nổi chúng tôi đã đi xa được tới vậy. Và cả hai cái đầu cùng choáng váng khi nghĩ tới việc chúng tôi có thể tiến xa tới đâu.

Tôi háo hức muốn bắt đầu. Tôi viết bài hát và chơi nhạc suốt ngày, khao khát đợi chờ ngày được vào phòng thu, rạo rực với cái cảm giác nhảy-bungee-từ-một-cây-cầu. Tôi cố không hé răng nửa lời về chuyện đó ở trường, vì khi bạn kể với mọi người rằng bạn sắp nhảy bungee từ một cây cầu - hay làm việc gì đó có vẻ khác thường hoặc to lớn hoặc chẳng giống với những gì người khác thường làm - thì những người bạn chân thành của bạn sẽ nói kiểu như, "Bố khỉ! Tuyệt quá!" Những người khác sẽ nhìn bạn như thể bạn là kẻ khờ và chỉ ra tất cả những thứ có thể dẫn đến thất bại. Còn những người kém vui nhất với cuộc sống riêng thì sẽ mong rằng sợi dây thừng bị đứt khiến bạn rơi bể đầu.

Nhưng như Scooter đã nói, đó là vấn đề của họ, không phải của bạn.

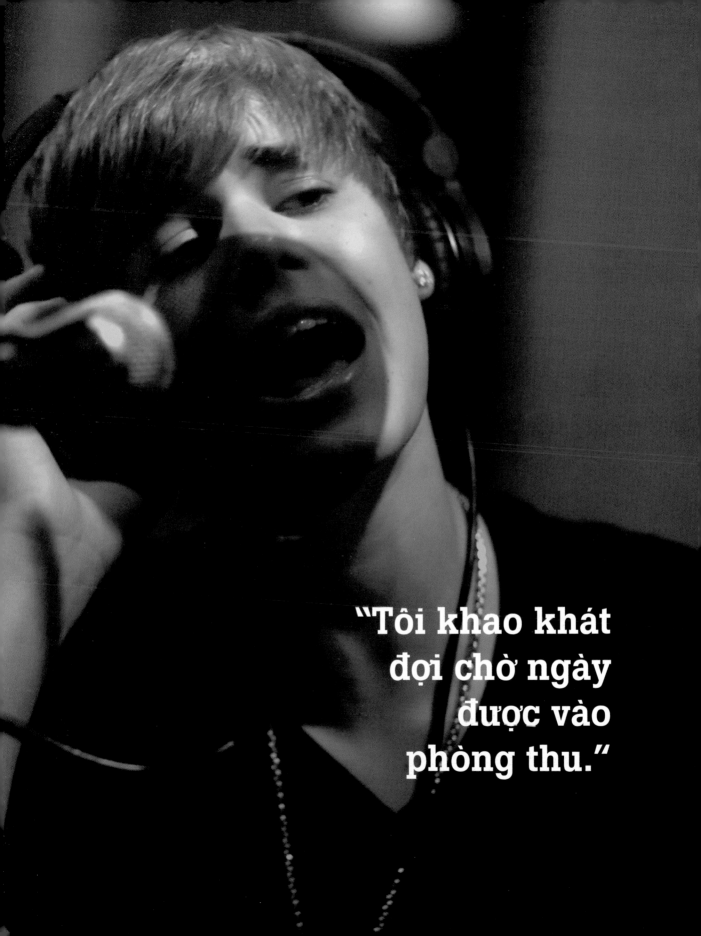

"Tôi khao khát đợi chờ ngày được vào phòng thu."

MỘT TRẢI NGHIỆM CẢM ĐỘNG

Tôi trải qua một mùa hè nữa hát hò bên ngoài nhà hát Avon rồi vào lớp chín tại trường cấp hai Northwestern, vẫn chờ đợi sự bứt phá tăng tốc ấy, đua tài với những vận động viên học lớp mười hai, những gã khổng lồ Goliath.

Mẹ giải quyết mọi công việc giấy tờ cần thiết để chuyển cư từ Canada sang Mỹ, một công việc phức tạp ngoài sức tưởng tượng. Mẹ bán hết đồ đạc rồi chúng tôi chuyển sang sống với ông bà, chuyện này có lẽ khiến tôi thấy vui hơn là bà và mẹ. Căng thẳng dẫn đến cãi vã.

Nhiều tuần rồi nhiều tháng trôi qua. Phần khó khăn nhất trong toàn bộ chuyện này có lẽ là chờ đợi. Và chờ đợi. Và chờ đợi. Cuối cùng tất thảy những gì cũng đâu vào đó. Chúng tôi tạm biệt ông bà và tất cả bạn bè - và mọi thứ chúng tôi từng xem như gia đình - rồi thẳng tiến tới Atlanta, chỉ mang theo quần áo cùng cây guitar.

Carin và Scooter lùng quanh khu Asher ở và tìm được một ngôi nhà cho chúng tôi, cách nhà anh chỉ một dãy để chúng tôi có thể đi bộ qua nhà nhau. Vào phút chót Scooter thậm chí còn phải ký tên anh vào hợp đồng thuê nhà để không xảy ra tình trạng chúng tôi bị lấy lại nhà. Đêm đầu tiên ở thành phố này, chúng tôi ở nhà của bố

"Mama Jan trở thành một trong những người quan trọng nhất đời tôi."

mẹ Carin, và ngày hôm sau Scooter chở chúng tôi đi mua sắm, anh đưa thẻ tín dụng của mình cho mẹ tôi mua đồ đạc và những thứ cần thiết trong nhà.

Giờ là lúc nghiêm túc bắt tay vào việc.

Usher sắp xếp cho tôi học với Jan Smith - Mama Jan - người hóa ra cũng chính là giáo viên luyện thanh của anh. Bình thường bà chỉ nhận những nghệ sĩ lớn, nhưng bà thu nạp tôi vì Usher đã đích thân xin cho tôi. Bà là một trong những người tài năng nhất thế giới, giống như người mẹ thứ hai của tất cả chúng tôi, và bà trở thành một trong những người quan trọng nhất đời tôi. Bà luôn nghiêm khắc, tôi thậm chí không nghĩ tới chuyện giở trò tinh quái hay quậy phá trước bà.

Một câu nữa mà mọi người hay hỏi tôi là liệu sự nghiệp của tôi có tiêu tan không nếu tôi trưởng thành và vỡ giọng.

"Không có 'nếu' trong chuyện này," Mama Jan nói ngay từ buổi đầu. "Tuổi dậy thì sẽ đến. Nhưng chúng ta sẽ giải quyết được vấn đề đó."

Tôi không lo lắng. Bà cũng đã giúp Usher giải quyết tốt. Và bà đưa anh trở lại sau khi anh mất hẳn giọng.

Scooter luôn nói bà là quân bài bí mật của chúng tôi.

Thành viên quan trọng tiếp theo gia nhập gia đình là Jenny, gia sư của tôi. Tôi mới mười bốn tuổi, và bộ luật lao động trẻ em khắt khe quy định rõ số giờ tôi được phép làm việc cũng như các yêu cầu giáo dục bắt buộc phải tuân thủ chặt chẽ. Jenny làm việc ở trường Young Performers, ngôi trường chuyên gia sư cho thanh thiếu niên làm việc trong ngành công nghiệp giải trí. Đây là ngôi trường mà Chris Brown, Rihanna và hàng loạt cô cậu tham gia lĩnh vực sân khấu và truyền hình ở Broadway theo học.

Jenny và tôi làm việc với nhau rất ăn ý. (Tức là rất tuyệt ấy mà. Hoan hô Jenny!) Cô luôn cẩn thận để tôi không bị quá tải với việc học và bài tập về nhà, và tôi không trêu chọc cô quá một lần một tháng. Thật khó cưỡng, vì cô quá dễ thương và luôn tin mọi lời tôi nói, thế nên cô rất dễ bị lừa.

Vào ngày Cá tháng Tư, tôi nói với cô, "Cô Jenny, chúng ta làm thí nghiệm khoa học nhé."

"Hay đấy," cô nói. "Được thôi."

"Em đọc thấy rằng nếu để muối trên bơ thì nó sẽ tỏa nhiệt. Ta có thể cảm nhận rõ."

"Thật sao? Cô chưa từng nghe chuyện đó cơ đấy."

Tôi cẩn thận đặt thanh bơ lên đĩa và xúc một thìa muối rải lên trên.

"Được rồi, giờ chúng ta phải đợi sáu mươi giây." Tôi tỉ mỉ đếm đúng sáu mươi giây, rồi hơ bàn tay trên thanh bơ. "Ôi, nóng kinh khủng. Thấy rõ đây này. Hay lắm. Cô xem đi!"

Cô Jenny để lòng bàn tay trên đĩa bơ, và tôi ra tay thật nhanh khiến cô không kịp phản xạ, ấn bàn tay cô xuống làm bơ phòi ra nhoe nhoét.

Sướng như điên.

Trò láu cá >< nhà trường = láu cá luôn thắng. Làm sao trách tôi được chứ? Tôi chỉ là một đứa trẻ.

justinbieber HỌC!!! cô ấy nghĩ lúc này tôi đang làm bài tập. Lol

---

11:51 12/02 qua Web

justinbieber Bị tóm rồi… giáo dục đúng là chìa khóa.

00:13 12/02 qua Web

TÍNH TOÁN

Có biết bao nỗi băn khoăn do dự rằng không biết tôi đã sẵn sàng bước vào phòng thu để ghi đĩa đơn đầu tiên hay chưa. Usher cảm thấy giọng tôi vẫn còn thô và cần luyện với Mama Jan thêm nữa, nhưng Scooter và tôi thì sốt ruột lắm rồi. Chúng tôi bắt đầu nghĩ tôi sẽ bước qua tuổi dậy thì với cái cằm mọc đầy râu mà vẫn chưa làm được trò trống gì.

Scooter có một cô tên là Tashia làm việc cùng với vai trò quản lý bộ phận A&R (ca sĩ và nhạc mục) của một số dự án cụ thể, cô giúp anh những việc đại loại như sắp xếp các nhà sản xuất và cắt giảm chi phí, nhưng Tashia cũng có phòng thu riêng cộng tác với Lashaunda "Babygirl" Carr. Asher Roth đã làm việc ở đó vài lần và rất thích nơi ấy.

Scooter nói với tôi và mẹ, "Cháu nghĩ đó sẽ là một chỗ rất tốt cho Justin sáng tạo. Nó không có gì nguy hiểm đâu. Không có những tác động xấu."

Mẹ tôi thấy thích khi nghe thế, còn tôi thì thấy thích khi nghe nhạc của họ. Đặc biệt có một bài tôi thấy tuyệt hay. Họ hát "Common Denominator" cho chúng tôi nghe, và Scooter nói, "Chính bài này đây."

Out of all the things in life that I could fear,
The only thing that would hurt me is if you weren't here,
I don't want to go back to just being one half of the
equation

(Trong mọi điều có thể khiến anh sợ trên đời,
Điều duy nhất có thể làm tổn thương anh là em
không còn ở đây,
Anh không muốn trở lại làm chỉ một vế của phương trình)

Nó chứa đựng mọi tâm tình mà chúng tôi đang tìm kiếm, lại còn có những hình ảnh toán học khiến người nghe liên tưởng tới một chàng trai và một cô gái đang ngồi cạnh nhau giúp làm bài tập.

Thế nên trước khi chúng tôi có chút ngân sách thực sự hay kế hoạch hoặc album, tôi tới đó để ghi âm bài hát này, và tôi nhận ra tôi yêu cảm giác được ở trong phòng thu. Không nhiều bằng biểu diễn trên sân khấu, nhưng vẫn thích vô cùng. Tối hôm chúng tôi thu xong, Carin tới chở tôi về nhà, nhưng cuối cùng chúng tôi lái xe loanh quanh Atlanta, nghe đi nghe lại bài hát của tôi. Chúng tôi dừng lại một chỗ để ăn kem, nhưng tôi nghĩ chúng tôi đã đi lòng vòng đến tận ba giờ sáng. Tới tận giờ đó vẫn là bài hát yêu thích nhất của Carin, và chị cứ nói mãi rằng sau này tôi phải hát bài đó trong đám cưới của chị. Đó là một ca khúc say lòng. Chúng tôi phải có chiến lược thật khôn ngoan khi tung ra đĩa đơn đầu tiên.

Mỗi năm Mama Jan tổ chức hai showcase cho tất cả ca sĩ theo học bà tại Eddie's Attic, nơi người ta đã phát hiện ra John Mayer. Mama Jan mời tôi hát. Thế là cuối chương trình, sau khi các ca sĩ xuất chúng đã theo học bà nhiều năm biểu diễn xong, tôi bước lên và hát ca khúc "Common Denominator." Khi bài hát kết thúc, cả khán phòng đứng bật dậy hoan hô, và tôi cảm thấy vô cùng choáng váng. (Có video trên YouTube. Xem cái bộ mặt ấy của tôi nhé!)

Scooter gửi "Common Denominator" lên L.A. Reid, gửi sang cho Usher, gửi tới tất cả mọi người với lưu ý, "Đã đến lúc thu đĩa."

Và họ đều đáp kiểu như, "Phải. Đến lúc rồi."

> "Trong đời tôi chưa bao giờ làm việc cật lực tới vậy – và tôi cũng chưa bao giờ có nhiều niềm vui đến thế."

Thường thì mọi người thu khoảng mười bài hát, phát hành chung trong một album, rồi năm sau lại ra một album nữa. Ý kiến của L.A. và Scooter là làm mười hai bài cộng với những phần bonus rồi chia thành hai album - *My World* và *My World 2.0* - phát hành cách nhau chỉ bốn tháng. Chúng tôi chìm ngập trong phòng thu. Trong đời tôi chưa bao giờ làm việc cật lực tới vậy - và tôi cũng chưa bao giờ có nhiều niềm vui đến thế.

Một đêm, Scooter lái xe đưa tôi về nhà, tôi thấy mê ly khi nghe đoạn nhạc anh đang mở. Đó chỉ là phần đầu của một bài hát - kiểu như một demo mà nhạc sĩ ghi âm chỉ nhằm giúp người nghe có được hình dung khái quát về ca khúc.

"Xuất thần quá," tôi nói với Scooter. "Người này là ai vậy?"

Anh nói, "Đó là Adonis. Anh ấy là nhạc sĩ. Là ca sĩ nữa, nhưng anh ấy cũng viết cho mọi người."

"Tuyệt, tuyệt. Anh ấy viết bài này cho ai?" tôi hỏi.

"Em."

Tôi choáng váng. Không thốt nên lời. Bởi vì tôi cảm thấy nếu mở miệng thì tôi sẽ la toáng lên. Bạn phải hiểu rằng tôi vẫn còn là

kẻ rất mới trong lĩnh vực này và ý nghĩ có nhạc sĩ tài ba nào đó viết
bài hát cho tôi quả là ngoài sức hấp thụ. Đến bây giờ tôi vẫn mang
cảm giác như thế mỗi khi có người nào đó tôi hằng kính trọng trong
ngành công nghiệp âm nhạc muốn làm việc với tôi. Tôi thực tình rất
hàm ơn. Tôi mong mình không khi nào mất đi cảm giác ấy. Scooter
vặn nhạc to lên, và khi về ngang nhà, chúng tôi tiếp tục phóng xe đi
để tôi có thể nghe đi nghe lại đoạn nhạc ấy...

"Overboard..."

Tôi không tin nổi bài hát tuyệt diệu này là dành cho tôi. Chúng
tôi đón nhận nó, và tôi yêu nó. Sau đó chúng tôi kết hợp thể hiện
ca khúc ấy với Jessica Jarrel, và điều đó càng khiến tôi yêu nó hơn.
Cuối cùng chúng tôi thu âm xong mười bài. Trong đó có "One Time",
"Down to Earth" và "One Less Lonely Girl." Tôi không tài nào nói được
mình thích những ca khúc nào nhất: Tôi tự hào với tất tật mọi phần.

Giờ là lúc trở lại gặp L.A. Reid để thuyết phục ông hậu thuẫn
chúng tôi phát hành *My World* thật hoành tráng.

CHƯƠNG 6

WELCOME TO MY WORLD

Tháng Một năm 2009, Scooter đi Los Angeles tham dự lễ trao giải Grammy. Điểm dừng chân đầu tiên của anh là bungalow của L.A. Reid ở Beverly Hills Wilshire.

"Bungalow là cái gì?" tôi phải hỏi anh.

"Một ngày nào đó, cậu học trò nhỏ. Một ngày nào đó cậu sẽ biết tới bungalow."

"Sao cũng được. Kể em nghe có chuyện gì đi."

"À, đầu tiên cấp dưới của ông ấy dẫn anh tới bungalow - đó là chỗ ông ấy thường ở, cỡ như ngôi nhà nhỏ của em nhưng nằm trong khách sạn xa hoa - và cô ấy nói, 'Tôi chỉ muốn cho anh biết là tôi rất lấy làm tự hào, không thể tuyệt hơn được nữa,' và vân vân. 'Tôi rất mừng cho anh,' cô ấy nói. 'Nhưng anh cũng phải hiểu rằng L.A. là ông trùm ngành nhạc. Mỗi năm bản thân ông ấy có không biết bao nhiêu người giới thiệu nhạc đổ về Los Angeles tới bungalow này. Và nếu anh được mở cho ông ấy nghe ba bài thì thật quá tuyệt vời. Nhưng nếu ông ấy chỉ nghe một bài thì anh cũng đừng bực mình.' Anh bảo OK. Rồi cô ấy hỏi, 'Anh định mở mấy bài?' Anh bảo mười. 'Anh sẽ không được mở cả mười bài đâu. Chọn ra ba bài để giới thiệu thôi.' Anh bảo OK."

"Khoan! Khoan! Khoan!" tôi la lên. Đôi khi Scooter cứ kể chuyện thao thao bất kể tôi không theo kịp. "Anh chọn mở ba bài nào?"

"Ba bài tốt nhất."

"Phải, nhưng…"

"Không, nghe này. Ông ấy nói, 'Nghe đã quá. Tôi đã không nghĩ nó sẽ trở thành, kiểu như, đó là một hit, đó là một hit, đó là một hit.'"

"Ba bài nào?"

"Không quan trọng. Vì ông ấy nghe cả mười bài. Rồi ông ấy nghe lại toàn bộ một lượt nữa," anh đáp.

"Ông ấy nghe mười bài hai lần?"

"Ông ấy nghe mười bài… hai lần."

"Oa! Giờ thì sao?"

"Giờ thì biến đi rồi mai qua đây bàn tiếp."

Không lâu sau, tôi trở lại ngồi trên bộ sofa trắng ngần, nghe nhạc của tôi cùng với L.A. Reid. Tuyệt cú mèo! Ông hỏi Scooter chúng tôi muốn làm gì, và Scooter đề nghị một khoản tiền nhỏ để thực hiện một video. Asher Roth đã bùng nổ mạnh mẽ trên Internet trong năm vừa rồi khi album của anh được xếp hạng nhất trên iTunes suốt mười ngày liên tục và đứng thứ năm trên Billboard Hot 100. Asher là ngôi sao lớn nhất trên Internet. L.A. hỏi Scooter rằng anh nghĩ tôi có thể làm lớn được thế không. Scooter đáp ngay tức khắc, "Cậu ấy lớn hơn thế rồi, chỉ là ông chưa nhận ra thôi. Cậu bé này là một người khổng lồ đang ngủ."

Chúng tôi mời Usher tới giúp thực hiện video "One Time". Nội dung đại loại là tôi chiếm dụng nhà Usher để tổ chức tiệc. Chúng tôi đưa bạn thân nhất của tôi là Ryan "Butsy" Butler tới Atlanta để cậu ấy có thể tham gia buổi ghi hình. (Cậu ấy chính là người chơi video game với tôi lúc mở đầu). Khi các diễn viên còn lại xuất hiện, cả bữa tiệc tràn ngập những cô gái cùng độ tuổi chúng tôi vô cùng vui tính, dễ thương, xinh đẹp - hay phải nói là rực rỡ nhỉ? Nhảy nhót, tung hoa giấy, mặc bikini bơi lội.

"Cậu ấy lớn hơn thế rồi… cậu bé này là một người khổng lồ đang ngủ."

"Ôi… thằng khỉ…" Ryan nhiều lần chừng như nghẹn thở. "Dã man quá."

"Thể hiện cho tuyệt vào anh bạn. Hôm nay sẽ là một ngày dài đấy."

Video đó không ngờ rất tuyệt, và chúng tôi đã vui nổ trời khi thực hiện nó. Kế hoạch là phải đưa nó lên mạng vào một sáng thứ Ba vài tuần sau khi đĩa đơn được phát hành. Mấy ngày đầu sẽ có banner quảng cáo trên iTunes, thông báo đây là video mới cực hay của một ca sĩ mới, có sự tham gia của Usher. Kế hoạch thú vị phải không?

Nhưng chuyện không xảy ra như thế. Do sai sót đâu đó trong quá trình thực hiện, "One Time" vô tình bị tung lên hệ thống iTunes sớm mất hai tuần, vào đêm muộn một ngày thứ Sáu, không có banner quảng cáo, không có trang giới thiệu - chả có gì. Bạn phải lên iTunes gõ Justin Bieber thì mới thấy được biểu tượng của video. Nếu bạn không chú ý tìm kiếm nó, bạn sẽ không bao giờ biết được có nó trên đó. Và vì không ai biết nó ở đó nên sẽ không ai tìm kiếm nó.

Scooter nổi giận đùng đùng đến phát sợ. Anh viết một email với giọng điệu điên tiết gửi tới tất cả những người có liên quan tới việc này ở mọi cấp độ, và mọi người viết lại bảo rằng họ rất lấy làm tiếc. Anh im lặng một hồi (điều này khá lạ đối với Scooter), rồi anh mỉm cười với tôi và nói, "Thật ra anh không bực đâu. Chúng ta có thể biến rủi thành may. Bọn trẻ sẽ tìm nó."

Chúng tôi vừa tạo trang cá nhân của tôi trên Facebook, thế nên

justinbieber Hãy xem đĩa đơn "ONE TIME" của tôi trên myspace và loan tin hộ nhé. Cảm ơn.

22:27 11/05 qua Web

Tôi lên Twitter và bắt đầu tweet cật lực. Tôi follow tất cả những người follow tôi và kết bạn với bạn của họ. Tôi trả lời, viết tin, bình luận, rồi viết tin qua lại mãi khi cuộc đàm luận mỗi lúc một mở rộng.

Sáng thứ Hai, "One Time" đứng thứ 3 trên iTunes, nhảy bậc trên bảng xếp hạng vượt qua cả những ca sĩ lớn nhất thế giới. Sướng tê người; chúng tôi đã làm được. Chúng tôi đã chứng minh chúng tôi có thể làm được.

Sáng thứ Ba, nó thăng lên hạng 2 sau Taylor Swift (và tôi không bao giờ phàn nàn khi là người về nhì sau Taylor Swift. Cô đã ủng hộ tôi ngay từ ngày đầu và giờ vẫn là người bạn tuyệt vời).

Thứ Tư, thứ Năm, thứ Sáu, chúng tôi bám giữ vị trí đó.

"Chỉ cần làm được một phần mười những gì tốt đẹp Michael Jackson dành cho người khác, tôi đã có thể tạo ra một sự thay đổi trong thế giới này."

Tuần kế tiếp… ông Vua đích thực, Michael Jackson, qua đời.

Ai đó gửi tin nhắn cho tôi. Thấy lòng mình đau nhói, tôi nhắn cho Scooter, "Anh, Michael Jackson mất rồi ư?"

Scooter nhắn lại rằng mọi người lúc nào cũng phao tin đồn nhảm về Micheal thôi. Chẳng có chuyện ông chết rồi đâu. Nhưng ông đã qua đời thật. Tin đó xuất hiện trên thời sự. Tin đó tràn ngập Internet.

Lòng tôi tan nát. Một trong những thần tượng vĩ đại nhất của tôi, nguồn cảm hứng của tôi, đã ra đi. Tất nhiên các MV của ông nhảy vọt lên đỉnh các biểu đồ trên iTunes, bởi vì ông là Vua, và điều đó dẫn đến việc mọi người khác rớt hạng trong nhiều tuần. Đĩa đơn "One Time" xuống hạng 14, dao động trong top 20 cùng với vài tên tuổi lớn và tất cả các bài hát của Michael Jackson, những tuyệt phẩm đã trở thành một phần nhạc nền của cuộc đời tôi kể từ lúc chào đời. Cảm giác đó thật lạ kỳ. Video "One Time" đứng ở top ten cùng với Taylor và những video thần kỳ ấy của Michael, một trong những ca sĩ có MV xuất sắc nhất mọi thời đại.

Trong show giới thiệu album *My World 2.0* có một đoạn đặc biệt dành để tưởng niệm Michael Jackson, đồng thời cũng để nhắc nhở tôi một cách sâu sắc về những vấn đề trong nghề này. Tới một đoạn

JUSTIN BIEBER

"Đội của tôi là gia đình tôi và ai cũng xứng đáng có khoảnh khắc riêng để tỏa sáng."

trong bài "Wanna Be Startin' Something", tôi phải giới thiệu từng người một trong nhóm nhảy và ban nhạc của tôi, để tất cả mọi người trên sân khấu nhận được tràng pháo tay từ khán giả. Đội của tôi là gia đình tôi và ai cũng xứng đáng có khoảnh khắc riêng để tỏa sáng.

Chúng tôi muốn chung tay làm từ thiện mạnh mẽ trong tour này, và đó là một cách để tỏ lòng sùng kính đối với tấm gương mà Michael Jackson đã dựng lên cho chúng tôi. Một đô la trong mỗi vé bán sẽ được quyên cho Pencils of Promise, tổ chức chuyên xây dựng những ngôi trường vô cùng cần thiết tại những nước đang phát triển. Và con số thu được tăng lên rất nhanh. Chỉ tính riêng trong giai đoạn thứ hai của tour, chúng tôi đã xây được mười lăm ngôi trường trên khắp thế giới. Michael Jackson là nghệ sĩ cống hiến cho từ thiện nhiều nhất mọi thời đại. Chỉ cần làm được một phần mười những gì tốt đẹp ông dành cho người khác, tôi đã có thể tạo ra một sự thay đổi trong thế giới này. Đó là mục đích của toàn bộ hành động này.

BĂNG ĐẢNG CỦA TÔI

Suốt mùa hè 2009, chúng tôi phát hành bốn đĩa đơn, dù chuyện có nhiều đĩa đơn như thế trước khi ra album không phải là thường gặp. Chúng tôi nhận được rất nhiều sự quan tâm trên YouTube và iTunes, nhưng chưa có được sự chú ý cần thiết từ các đài phát thanh để đảm bảo ra album thành công. Vô số người vẫn đóng khung trong suy nghĩ rằng một người ở tuổi tôi không thể có bài hát trên đài, rằng bạn phải xuất hiện trên Nickelodeon hay Disney cái đã. Chúng tôi phải thay đổi lối tư duy ấy. Scooter và hai chiến hữu của tôi ở Island Def Jam, Steve Bartels và Erik Olesen, quyết định chỉ có một con đường duy nhất để chống lại những tư tưởng cổ lỗ đó: đấu tay đôi. Về cơ bản, chúng tôi phải đi tới từng đài phát thanh trên hành tinh để yêu cầu họ mở đĩa của tôi. Chúng tôi hy vọng có thể làm được việc này với sự lôi cuốn tự nhiên cùng uy tín của mình, nhưng chúng tôi cũng sẵn sàng triệu CHUCK NORRIS tới nếu cần.

Ý tưởng này nghe chừng rất tuyệt cho tôi, nhưng cảm giác phải rời khỏi Atlanta thật khó khăn. Chúng tôi chỉ vừa mới ổn định. Tôi có con chó papillon nhỏ tên là Sammy, và tôi đang gặp một cô gái mà tôi rất thích. Tôi cũng đã trở thành bạn thân của Asher Roth và đội đó. Anh vào nghề sớm hơn tôi một bước nên đã hiểu biết vô khối điều phức tạp. Tôi học hỏi được rất nhiều điều trong số đó khi sang chơi nhà họ (chỉ cách nhà tôi một dãy) chơi game video ca nhạc *Rock Band*. Thời điểm đó danh tiếng Asher đã nổi như cồn nên phần lớn thời gian anh cũng phải đi theo tour diễn.

"Hãy làm những gì cậu cần làm," anh khuyên tôi. "Tới lúc rồi."

Việc chúng tôi cần làm, theo Scooter, là tới bất cứ chỗ nào chúng tôi được mời và chơi nhạc cho bất cứ ai muốn nghe. Miễn phí. Mọi lúc. Mọi nơi.

Usher cảm thấy rằng tôi cần một nguồn lực nữa để dẫn dắt và mở rộng tầm nhìn cho tôi trong ngành công nghiệp này, thế nên chúng tôi mời Ryan Good tham gia làm stylist đồng thời tạm thời làm quản lý tour cho tôi. Có thời gian mọi người cứ gọi Ryan là "swagger coach" (huấn luyện viên thời trang) - một từ mà anh ghét không thua gì từ "stylist", và từ "stylist" quả thực không hề diễn tả được những gì anh làm cho tôi. Style là một từ cực rộng. Style có thể là cách ta đối xử với bản thân và cách ta mặc bất kể thứ gì ta có lên người. Tôi thích đánh giá style của mình là vô cùng gần gũi. Bình thường tôi hay mặc quần jean xanh dương và áo hoodie, phần còn lại là do thái độ của tôi. Tôi không biết có ai có thể tạo style cho người khác không. Ý tôi là stylist có thể bảo bạn nên mặc gì, nhưng thái độ thì phụ thuộc vào bạn. Tôi không biết phải dùng từ gì mới đúng, nhưng Ry Good giúp tôi tỉnh táo để không trở thành một kẻ tồi tệ. Anh là người bạn luôn chân thành với tôi. Ai cũng cần có ít nhất một người bạn như thế, và tôi may mắn vì có vài người.

> "Chúng tôi cũng sẵn sàng triệu CHUCK NORRIS tới nếu cần."

"Ryan là người bạn luôn chân thành với tôi. Ai cũng cần có ít nhất một người bạn như thế."

Hành trình khởi đầu chỉ có tôi cùng với cây đàn guitar. Tôi, mẹ và Ryan chu du khắp Bắc Mỹ, chơi nhạc cho nhiều đài phát thanh khác nhau. Rồi chúng tôi bắt đầu biểu diễn tại một số nơi kiểu như trung tâm thương mại hay công viên giải trí, thế nên Scooter quyết định chúng tôi cần vũ công. Chúng tôi bay tới LA nơi có rất nhiều vũ công sinh sống, và tìm được hai anh chàng xuất sắc, Antonio và Marvin. Thoạt đầu tôi không chắc có muốn họ tham gia băng đảng của mình hay không. Nhưng ngay khi hiểu được họ, tôi tha thiết muốn họ góp mặt trong băng đảng của tôi. Chúng tôi cùng nhau dàn dựng chương trình lớn đầu tiên của mình ở thành phố Kansas. Chúng tôi nhận được thêm lời mời biểu diễn, thế nên chúng tôi có điều kiện mời DJ, Tay James. Anh cũng nhanh chóng trở thành thành viên trong băng đảng của tôi.

Chúng tôi có lịch diễn tại một trung tâm thương mại ở Toronto, và thoạt đầu khi chúng tôi tới nơi thì mới chỉ có vài ba người ở đó. Chúng tôi gửi một tin nhắn trên Twitter thông báo chúng tôi đang ở đâu, mười phút sau có khoảng bốn mươi người tới. Lực lượng an ninh của trung tâm thương mại ra sức duy trì trật tự được một lúc, nhưng chẳng mấy chốc đã có khoảng vài trăm người xếp hàng. Cuối buổi diễn họ phải phong tỏa một cánh của trung tâm thương mại để tôi có thể thoát ra.

Khi biểu diễn ở Canada, chúng tôi quyết định nhận thêm một nghệ sĩ guitar và bắt đầu biểu diễn acoustic. Đó là lý do chúng tôi có Dan Kanter. Thời điểm ấy chúng tôi thực sự do dự về chuyện thuê

thêm người, nhưng Dan là nhạc sĩ xuất chúng và là người vô cùng đáng mến. Dan và tôi nhanh chóng trở thành bạn chí thân, luôn quậy phá tưng bừng. Giờ anh cũng là một thành phần trong băng đảng của tôi.

Tôi đặt niềm tin vào bạn bè mình như người điều khiển thiết bị điện sân khấu đặt niềm tin vào băng keo. Bạn không tài nào biết được chính xác thời điểm hay hoàn cảnh bạn cần tới nó, nhưng nó sẽ không bao giờ khiến bạn thất vọng, dù có chuyện gì xảy ra đi nữa.

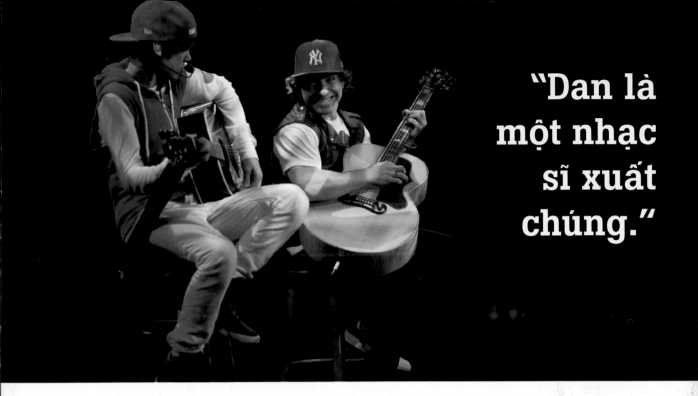

"Dan là một nhạc sĩ xuất chúng."

TRÒ CHUYỆN TỬ TẾ

Có một sự khác biệt sâu sắc giữa vị trí của tôi một năm trước và vị trí của tôi hiện nay. Chúng tôi thấy rõ chúng tôi đã ở đâu và chúng tôi cần ở đâu. Ry Good là một trong những người giúp vạch ra ranh giới giữa hai điểm đó.

Một năm trước chúng tôi là một nhóm nhỏ, chơi nhạc dưới trời mưa cho bốn mươi người nghe trong công viên nước Poughkeepsie. Chúng tôi dậy từ ba giờ sáng để tham gia các chương trình phát thanh và truyền hình buổi tinh mơ. Chúng tôi ngồi trong sân bay hàng giờ, ứng tác và viết nhạc giữa những chuyến bay. Chúng tôi tham gia phỏng vấn hết ngày này qua ngày khác, nghe mãi chừng ấy câu đùa về kiểu tóc, vóc dáng và số tuổi của tôi.

Dành để tham khảo về sau, đây là một số câu hỏi sẽ làm cho một cuộc thảo luận nghiêm túc khiến tôi cảm thấy hứng thú:

Tôi thích...

● **Mọi người hỏi tôi về gia đình và hỏi tôi có anh chị em không.** (Tôi là một ông anh cả đầy hãnh diện, chỉ chực được khoe khoang Jaxon và Jazmyn tuyệt vời đến cỡ nào.)

● **Mọi người hỏi xem tôi thích nhạc cụ nào nhất.** (Tôi chơi trumpet, guitar, piano và trống, và tôi sẵn sàng nói chuyện về nhạc mọi lúc mọi nơi.)

● **Mọi người hỏi trong iPod của tôi có gì.** (Tôi luôn nghe cái gì đó mới và thú vị vì ai gặp tôi cũng mở cho tôi nghe một ca sĩ nào đấy tôi chưa từng biết tới. Tôi thích mọi thứ, từ Tupac tới các ban nhạc Canada như Tragically Hip.)

● **Mọi người hỏi về quê hương tôi.** (Oh, Canada! I stand on guard for thee![1])

● **Mọi người hỏi về những chuyến đi của tôi.** (Chẳng có điều gì khiến đầu óc ta mở mang bằng trải nghiệm những nền văn hóa khác nền văn hóa của chính ta. Tôi đã nhận thức được là phải tôn trọng những nền văn hóa tỏ ra khác biệt và đã ăn nhiều món mới lạ lùng.)

● **Mọi người hỏi về quá trình và kết quả học tập của tôi.** (Cho tôi một cơ hội kể về trò quậy tôi vừa chọc cô Jenny.)

● **Mọi người hỏi xem ai đã truyền cảm hứng cho tôi.** (Một danh sách dài bắt đầu bằng Usher và ông ngoại.)

● **Mọi người hỏi về tôn giáo của tôi.** (Vì tôi yêu Chúa, và tôi không muốn bỏ lỡ cơ hội nào được chia sẻ điều đó.)

---

1. Lời Quốc ca Canada.

Tôi rất thích...

Con gái...

...Con gái...

...Con gái...

...Con gái...

...Con gái...

...Con gái...

...Con gái...

Ồ, tôi đùa đấy. Tôi không có ý đó đâu. Ngoài con gái ra tôi còn thích vô khối thứ. Như pizza. Bày trò láu cá. Và CHUCK NORRIS. Có lẽ bạn biết tôi đang đùa, nhưng không phải ai cũng biết thế đâu. Đây là một manh mối, chỉ để tham khảo về sau thôi nhé. Nếu bạn phải hỏi tôi xem tôi đang nghiêm túc hay không, thì câu trả lời là không đâu. Thực tình bạn khó lòng nhận được câu trả lời tử tế từ bất kỳ ai quanh đây. Nếu bạn hỏi những người điều khiển thiết bị điện sân khấu xem họ làm gì, TJ sẽ bảo mình là bác sĩ phẫu thuật não, Phildeaux sẽ bảo mình làm ở phòng sức khỏe cộng đồng của thành phố. Hỏi Scooter anh làm nghề gì, anh sẽ nói Quản lý đồ dùng của tour. Nếu bạn hỏi tôi cao bao nhiêu, tôi sẽ bảo "hai mét mốt". Chúng tôi trêu chọc khắp nơi. Và chúng tôi rất mê trò đó.

JUSTIN BIEBER

"Chúng tôi trêu chọc khắp nơi. Và chúng tôi rất mê trò đó."

ĐẶT NỀN MÓNG MỚI

Mùa hè năm trước chúng tôi đi đâu là fan theo đó, chúng tôi luôn hạnh phúc khi được gặp họ. Chỉ cần gửi tin nhắn lên Twitter, một đám đông sẽ tụ tập trên con phố bên ngoài đài phát thanh hoặc trên bãi đỗ xe bên ngoài một khu chơi bowling, hội chợ, trung tâm thương mại, vân vân.

Rất cuồng nhiệt, nhưng lúc này Kenny đã tham gia băng đảng với tư cách vệ sĩ của tôi. Anh là một DJ người Atlanta, vốn đã trở thành bạn tốt của tôi từ trước. Khi Scooter rời khỏi thành phố cùng với Asher, tôi thấy cuồng chân vì bị giam ở nhà suốt ngày với mẹ, Kenny đưa tôi tới bất cứ chỗ nào tôi cần tới, cũng có lúc chỉ đến đón tôi đi chơi bowling hoặc laser tag. Nhằm tăng tốc cho radio tour, Scooter quyết định trên thế gian này chẳng ai khiến chúng tôi có thể tin tưởng và dựa dẫm như chúng tôi tin tưởng và dựa dẫm vào Kenny, thế nên anh đưa Kenny đi đào tạo và lấy chứng chỉ hành nghề vệ sĩ.

Tới khi kết thúc radio tour, rõ ràng chiến lược giới thiệu tôi tới công chúng của Scooter đã thành công - chúng tôi có bốn hit đĩa đơn liên tiếp trước cả khi *My World* trình làng dưới dạng album. Lần đầu tiên có một nghệ sĩ làm được như thế - từ cổ chí kim.

Toàn bộ việc phát hành *My World* đã xới tung lối tư duy cũ. Một cậu bé da trắng ốm nhom thu đĩa cùng các rapper lại nhận được sự tán thưởng nhiệt liệt từ các thành phố. Một thiếu niên được fan yêu mến dù chưa lên chương trình truyền hình nào. Các chuyên gia

"Kenny sẽ đưa tôi tới bất cứ chỗ nào tôi cần tới, cũng có lúc chỉ đến đón tôi đi chơi bowling hoặc laser tag."

"Tất cả điều này có được là nhờ các bạn."

marketing trong hãng cho rằng chúng tôi có thể bán được 60.000 đĩa trong năm tuần. Hết năm tuần chúng tôi bán được 900.000 đĩa.

Tôi nghĩ tôi và toàn đội rất thích nhận công về mình, nhưng sự thật là tất cả điều này có được là nhờ các bạn. Chúng tôi giỏi, nhưng chúng tôi không giỏi tới vậy, và mỗi ngày thức dậy tôi đều biết mình có những người hâm mộ xuất sắc nhất thế giới. Mỗi ngày các bạn lại ủng hộ tôi nhiều hơn, và dù biết mình đang đi chệch câu chuyện chính nhưng tôi vẫn muốn các bạn hiểu rằng *tôi biết* và tôi vô cùng trân trọng điều đó từng ngày.

Trở lại câu chuyện.

Khi những bài hát của tôi thăng hạng lên tới đỉnh các bảng xếp hạng ở Canada, ông bà tôi hết sức tự hào và phấn khích. Đó là một trong những điều tuyệt diệu nhất của toàn bộ chuyện này. Dù sung sướng hạnh phúc về mọi mặt, nhưng tôi cảm thấy mãn nguyện nhất khi khiến cho gia đình mình tự hào - và khi giúp đỡ được họ. Thật thần kỳ khi nghĩ tôi đã có thể mua cho mẹ một ngôi nhà đẹp.

Chúng tôi quá bận rộn để có thể tự mãn về chuyện này, nhưng chúng tôi bắt đầu nhận ra thực chất lượng fan của chúng tôi khổng lồ tới cỡ nào. Tuần phát hành *My World*, chúng tôi có một sự kiện đã xếp lịch từ trước tại một trung tâm thương mại ở Long Island. Kể ngắn gọn là nơi ấy biến thành biển người đông nghịt. Hàng nghìn fan xuất hiện, và lực lượng bảo vệ bị quá tải từ trước cả khi tôi tới đó. Sự kiện ấy phải hoãn lại để đảm bảo an toàn cho người hâm mộ - vốn dĩ là ưu tiên số một của Scooter và tôi cùng mọi người trong nhóm. Dù chúng tôi chưa tới đó và đã làm hết sức để giúp kiểm soát

justinbieber Đôi khi chuyện này vui nổ trời. Lại có những lúc thật khó khăn và quá nhiều áp lực. Cảm ơn mọi người vì đã ủng hộ. Vô cùng ý nghĩa.

17:32 14/04 qua Web

tình hình, nhưng hai người trong đội của chúng tôi vẫn bị bắt giữ. Thật điên rồ. Báo đài không ngừng so sánh nó với Beatlemania (Hội chứng cuồng The Beatles). Đột nhiên cả thế giới đổ mắt nhìn.

Lời mời bắt đầu đổ về từ khắp mọi nơi. Show truyền hình ở Đức? Tất nhiên! Hãng đĩa Nhật Bản? Chúng tôi có mặt! Nhảy bungee từ một cây cầu ở New Zealand? Chúng tôi cũng tới luôn!

Suốt nửa cuối năm 2009, chúng tôi chu du khắp thế giới, nhìn thấy bao nhiêu miền đất tươi đẹp, gặp vô số fan cuồng nhiệt. Tôi biết điều đó nghe có vẻ rất vui thú, nhưng thực tình không biết bao nhiêu lần tôi quá kiệt sức, cảm thấy như mình đang đánh mất bản thân. Nhưng tôi nghĩ tôi bước tiếp được là vì biết mẹ đã hy sinh bao nhiêu cho tôi theo đuổi giấc mơ, biết nhóm của tôi đã làm việc vất vả như thế nào để có ngày hôm nay, và vì nhìn thấy những khuôn mặt hồ hởi say mê của người hâm mộ trên khắp thế giới. Ngay cả trong những giờ phút tồi tệ nhất của tôi, tất cả các bạn vẫn nâng tôi dậy.

Đi đây đi đó rõ ràng đã mở to đôi mắt tôi trước những nền văn hóa lạ và trước cách người khác nhìn mọi thứ. Chuyến tới hát cho khán giả Paris bằng tiếng Pháp quả là một chuyến đi viên mãn (không định chơi chữ). Tôi nghĩ buổi diễn khiến họ như phát cuồng. Những chuyến du hành dạy cho tôi nhiều điều hơn bất cứ ngôi trường nào từng dạy tôi. Và tôi đã hoàn thành được nhiều bài tập địa lý hơn hầu hết các bạn học sinh.

"Thật điên rồ... Đột nhiên cả thế giới đổ mắt nhìn."

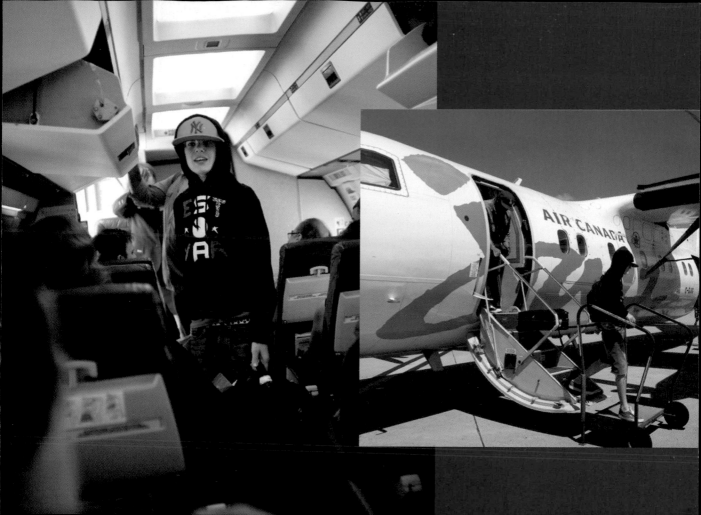

GÃY CHÂN

Tháng Mười một năm 2009, tôi được mời tới mở màn buổi biểu diễn của Taylor Swift tại Nhà thi đấu Wembley ở London. Lượng khán giả khổng lồ nhất tôi từng thấy cho tới thời điểm đó - hơn mười hai nghìn người. Tôi không lo lắng chuyện biểu diễn, chỉ thấy sướng run người khi được đứng cùng Taylor trước chừng ấy người hâm mộ tuyệt vời.

Trước khi tôi đi, Usher dạy tôi cách sử dụng nguồn năng lượng phi thường tỏa ra từ một đám đông lớn như thế. "Hãy để đám đông hòa mình cùng em. Họ muốn hát với em. Anh biết em sẽ phải nỗ lực hát từng lời, nhưng nhiều khi em hãy để chuyện đó cho họ. Hãy để họ làm một phần của bài hát, em hiểu chứ? Bởi vì họ chính là một phần của nó. Hãy thưởng thức điều đó, anh bạn. Biến nó thành chính mình. Em ở đây, em ở kia - đó là khoảnh khắc của họ, sự giao lưu ấy, mối quan hệ ấy."

Tôi như thăng hoa. Tôi ra sân khấu biểu diễn phần của mình một cách xuất thần. Tay James thổi nhiệt cho bài cuối cùng của chúng tôi khi khán giả yêu cầu tôi hát lại.

"Khi tôi nói Justin, các bạn hãy nói Bieber nhé! Justin!"

"Bieber!"

"Justin!"

"Bieber!"

"Khi tôi nói One, các bạn hãy nói Time nhé! One!"

"Time!"

"One!"

"Time!"

justinbieber Chuẩn bị chinh phục sân khấu Wembley ở London. Khởi hành nào! Cảm ơn về lời mời.

@taylorswift 13:28 23/11 qua UberTwitter

"Tất cả những gì tôi có thể làm là nỗ lực hít đủ không khí để hát cho xong bài."

Nguồn năng lượng mà Usher đã nói tới là một sinh vật sống biết thở - nhân lên mười hai nghìn lần. Tôi bắt đầu đi lối dốc xuống khán đài. Giọng tôi sung sức, bước chân đầy mạnh mẽ, mọi thứ đâu vào đó cho tới khi tôi xuống cuối đường dốc và chỉ còn cách điểm cuối cùng lẽ ra tôi phải đến có vài phân. Chân tôi trượt sang mép phải đường dốc, và tôi cảm thấy như giẫm phải cái đục. Cơn đau lập tức dội thẳng qua các dây thần kinh từ ngón chân cái lên gáy. Năm trước tôi đã bị gãy chân khi trượt ván, nên tôi biết ngay cú trẹo này rất nghiêm trọng.

Tôi bị gãy chân.

Đúng lúc đang hát.

Trước mười hai nghìn người.

Và Taylor Swift.

Tôi không thể nói với các bạn những từ đã lướt qua đầu tôi. Lúc ấy, bài hát vẫn tuôn ra từ miệng tôi, phần là phản xạ có ý thức của cơ miệng, phần là sức bền của cậu bé chơi hockey kiên trì, phần là sự hướng dẫn của Mama Jan tự động bật ra. Tôi cứ hát, và đám đông cứ cuồng nhiệt, nhưng những người trên sân khấu bắt đầu nhìn tôi như thể họ biết có điều gì đó không ổn. Đương nhiên tôi không thể nhảy như bình thường. Có lẽ tôi đang nhảy như ông thầy dạy Hóa giật cục kèm cặp các bạn trong buổi dạ vũ cuối thời trung học. Mỗi bước nhảy lại thêm một cơn đau. Phải lấy hết sức bình sinh tôi mới khỏi thét lên. Tất cả những gì tôi có thể làm là nỗ lực hít đủ không khí để hát cho xong bài.

Ba phút dài nhất trong cuộc đời tôi. Tôi hoàn thành ca khúc và Dan ngừng nhạc. Tôi cố gắng vừa vẫy tay và cảm ơn mọi người vừa

tập tễnh đi lên, nhưng khi đã vào bên trong sân khấu, tôi tru lên như một con cún. Thật đấy, tôi đã òa khóc. Đau khủng khiếp. Kenny bế tôi lên và bắt đầu nhìn về phía phòng nghỉ, thét lên qua vai, "Gọi nhân viên y tế!"

Những người bên trong cánh gà ùa tới, "Sao vậy?"

Scooter lách vào giữa đám lộn xộn, mẹ tôi theo ngay sau anh. "Justin! Ôi Chúa ơi! Chuyện gì thế này?"

Tôi rên rỉ câu gì đó, hình như là "Con lại bị gãy chân nữa rồi."

Scooter hất tung cánh cửa phòng nghỉ, và Kenny đặt tôi lên sofa.

"Em chắc chứ?" anh hỏi. "Có khi em chỉ bị bong gân…"

"Áu! Đừng chạm vào!"

"Không sao. Không sao. Em không sao đâu." Anh rút iPhone ra để tìm kiếm sự trợ giúp đầu tiên và cố nghĩ xem một quản lý người Mỹ phải làm gì với một ca sĩ Canada bị thương ở Anh.

Taylor thật tốt bụng. Chỉ còn mấy giây nữa là cô phải ra sân khấu. Người hâm mộ đang ở ngoài kia chờ đợi cô - mười hai nghìn người đang đồng thanh gọi tên cô - nhưng việc đầu tiên cô làm là lao vào trong để xem tôi có ổn không. Cô ấy rất tuyệt và thực sự chuyên nghiệp. Cô thật lòng lo lắng cho vết thương của tôi, nhưng cô có chương trình phải biểu diễn.

"Cố chịu đựng nhé, Justin. Cậu sẽ không sao đâu." Cô ôm tôi thật chặt rồi lao ra khỏi cửa, chạy lên sân khấu. Mẹ cô ở lại với mẹ tôi; mẹ tôi hơi hoảng loạn trước toàn bộ sự việc. Chúng tôi tới một bệnh viện để tôi chụp X-quang và bó bột. Không giống lắm với bữa tiệc mừng tôi hằng mơ khi nghĩ tới chuyện được hát trong show lớn nhất từ trước tới giờ.

Ngày hôm sau, chúng tôi tới chỗ một bác sĩ chỉnh hình, ông cho tôi đeo nẹp hơi Aircast. Phía bên ngoài, cái giá đỡ cứng trông như giày của chiến binh vũ trụ trong phim *Chiến tranh giữa các vì sao*. Bên trong, nó có các túi khí căng phồng để ôm chặt khiến bàn chân và mắt cá của tôi không nhúc nhích. Thứ này giúp tôi có thể tiếp tục biểu diễn, ấy thế nhưng sự bất động và tôi chẳng phải là một cặp bài trùng. Tôi phát rồ vì trong tám tuần sau đó không thể trượt ván hay đá bóng hay trượt pa tanh cũng như đa số các trò khác. Tôi giải quyết mọi việc liên quan đến truyền thông và các show, nhưng vẫn nhảy lò cò khắp nơi với cái chân lành như tên cướp biển mang chân gỗ.

Tóm gọn toàn bộ vụ việc gãy chân là: thật tồi tệ.

Thứ nhất, nó đau kinh khủng. Tiếp nữa, tôi được mời hát tại chương trình "Christmas in Washington 2009" cùng với Usher, Mary J. Blige, Neil Diamond và rất nhiều nghệ sĩ tài ba khác. Đêm diễn ra buổi biểu diễn đó ở Washington, tôi phải thừa nhận là tôi rất căng thẳng. Đây là một vinh dự to lớn. Và tôi không thích ý tưởng đứng trước Tổng thống Obama cùng hàng triệu khán giả truyền hình trong chiếc ủng chiến binh vũ trụ này.

"Con sẽ bỏ cái nẹp hơi này ra," tôi nói với mẹ và Scooter.

Cả hai đồng thanh, "Không, không được."

"Được rồi," tôi đáp.

Ngay khi họ ra khỏi phòng thay đồ, tôi tháo nẹp rồi lôi giày của chính mình từ ba lô ra. Ban đầu cảm giác hơi kỳ lạ, nhưng tôi thậm chí không hề nghĩ tới nó khi bước ra trước Tổng thống và Đệ nhất phu nhân. Tôi hát ca khúc cũ trứ danh của Stevie Wonder - "Someday at Christmas", rồi trở vào phòng thay đồ và nhanh chóng đeo nẹp hơi vào trước khi mẹ tóm được tôi. Cảm giác thế nào về trò láu cá ranh mãnh nhất từ trước tới nay ư? "Xin lỗi mẹ. Giờ con không nói được gì. Đông cứng vì Mary J. Blige và Phu nhân Obama rồi."

Bất kể mọi chuyện đang diễn ra như thế, mẹ và tôi vẫn đảm bảo rằng chúng tôi sẽ trở về Stratford vào Giáng sinh, sẵn sàng chơi trò trao đổi quà và chén cật lực món gà tây chan nước xốt của bà ngoại. Có những thứ không bao giờ thay đổi.

Cũng chính dịp Giáng sinh đó tôi gặp người con gái ấy và say đắm bên nàng suốt mấy ngày liền, chúng tôi đã có chuyện tình lãng mạn nhất đời người. Chờ đã… đùa đấy… không có chuyện đó đâu. Nhưng tôi rất vui vì chơi khăm được bạn ngay trong lúc bạn đang ngồi trong phòng riêng phấn khích đọc thông tin này. Xin lỗi nhé, chỉ là tôi phải pha trò chút xíu thôi. Chương tiếp theo. ỐỒ, TIẾP TỤC NÀO!!

CHƯƠNG 7

CHỈ MỚI LÀ BƯỚC ĐẦU

justinbieber siêu ngất ngây! Phát cuồng. Năm ngoái tôi còn ngồi nhà xem lễ trao giải Grammy mà giờ tôi đã được tới đó tham dự. được gặp một số thần tượng của tôi. Sướng như điên.

20:19 30/01 qua Web

Tháng Một bắt đầu với mùa trao giải trong ngành công nghiệp âm nhạc, mà ở Mỹ thì tất nhiên lớn nhất, danh giá nhất và giàu huyền thoại nhất là giải Grammy. Nhận thấy album của tôi mới phát hành có năm tuần trước khi hết năm, chúng tôi không mong đợi sẽ được góp mặt, nhưng tôi đã được mời tham dự cùng với Ke$ha, một ca sĩ mới khác của năm đó.

Hai chúng tôi có mặt là để quảng bá tiết mục giao lưu với người hâm mộ. Người xem được đề nghị bình bầu lựa chọn bài hát mà Bon Jovi sẽ thể hiện cuối chương trình. Ý tưởng quá hay phải không? Tôi phải đọc một lời giới thiệu ngắn từ máy phóng đại chữ: "Bạn vẫn có thể tiếp tục vào trang CBS chấm com số chéo Grammys để bình chọn bài hát Bon Jovi sẽ thể hiện trong vài phút nữa."

Nhưng bạn biết tôi rồi đấy… Tôi không cưỡng được một trò láu cá thú vị. Sau một hồi lâu lắc diễu qua toàn bộ lực lượng truyền thông trên thảm đỏ, cứ năm giây lại sướng phát điên khi được gặp một người lỗi lạc, tôi đã tới được hàng ghế trên ngồi với Ke$ha, và sung sướng làm sao, ngồi ở hàng ngay trước mặt tôi là thần tượng từ lâu của tôi, Beyoncé. Chị ấy thật xinh đẹp. Xin lỗi Jay-Z, không phải

"Bạn biết tôi rồi đấy... Tôi không cưỡng được một trò láu cá thú vị."

"Đó là một đêm kỳ diệu tôi sẽ không bao giờ quên... tôi sung sướng đến ngất ngây."

tôi đang cố tán tỉnh người phụ nữ của anh đâu, chỉ là tôi nói vậy thôi.

Tôi quyết định quậy vụ này, thế nên thay vì nói "Bon Jovi," tôi lại kêu tên Beyoncé.

"Ý tôi là - ý tôi là Bon Jovi. Bon Jovi," tôi lắp bắp. "Xin lỗi. Sao Beyoncé cứ luôn ở trong đầu tôi thế chứ."

Dù tôi làm trò có chủ đích, mọi người trong khán phòng đều nghĩ tôi thực sự bị nhịu. Được đấy! Ngay cả bản thân Beyoncé cũng nghĩ tôi đã mắc lỗi thế nên khi gặp tôi sau cánh gà chị đã an ủi tôi. Ôi chiến thắng quá, quá đỗi ngọt ngào! Ha ha.

Đó là một đêm kỳ diệu tôi sẽ không bao giờ quên. Tôi được gặp bao nhiêu thần tượng của mình như Lionel Richie, Dave Matthews, Quincy Jones, Lil Wayne, Mary J. Blige - và tất nhiên là cả Jay-Z và Beyoncé. Tôi sung sướng đến ngất ngây.

Các giải thưởng âm nhạc quan trọng nhất của Canada là giải Junos và MuchMusic Video. Tôi được đề cử ở hạng mục Nghệ sĩ mới của năm giải Junos, nhưng Drake đã hất tôi ra. (Chơi hay lắm, Drake.) Miley Cyrus thống trị giải MuchMusic, thế gọi là đôi bên cùng có lợi, tùy các bạn nghĩ sao cũng được. Tôi được đề cử và thắng ở các hạng mục Nghệ sĩ mới được yêu thích nhất và Video được yêu thích nhất. Tôi có hai ca khúc được đề cử trong mục Video quốc tế của năm người Canada, thế gọi là chiến thắng chính mình. (Chơi hay lắm, Bieb!)

Đối với tôi đó có thể xem là một khoảnh khắc của CHUCK NORRIS.

NEVER SAY NEVER

Usher nhắc nhở tôi một vấn đề cơ bản thông thường rằng sẽ có rất nhiều giải thưởng xuất hiện trên suốt chặng đường sự nghiệp của tôi. Một số sẽ dành cho tôi, một số thì không. Được đề cử là một vinh dự còn thắng giải là khoảnh khắc thần kỳ, nhưng ta không được bỏ qua những vinh dự và chiến thắng thực chất bên ngoài ánh đèn flash. Như lá thư tôi nhận được vài tuần sau giải MMVAs này:

Ngày 15 tháng Sáu năm 2010

Justin thân mến,

Mình viết thư để cảm ơn cậu về những việc mà cậu không hề biết cậu đã làm được…

cậu đã giúp mình vượt qua trị liệu hóa chất…

Tháng Mười năm 2009, mình phải phẫu thuật và sau đó phát hiện ra mình có một khối u ác tính. Nó bị loại bỏ, nhưng bố mẹ mình được thông báo rằng mình phải trải qua mấy đợt trị liệu hóa chất nhằm đảm bảo an toàn. Dù lòng đầy tuyệt vọng trước hoàn cảnh ấy, mình biết mình sẽ chống chọi với nó tới cùng. Hôm sau ngày cậu tổ chức buổi biểu diễn tại Kool Haus ở Toronto, mình nhập viện nhi để bắt đầu đợt điều trị đầu tiên. Mình khiếp sợ những thứ mà mình sẽ phải nhét vào người cũng như cách cơ thể tôi phản ứng trước những thứ ấy. Điều duy nhất khiến mình có thể bước tiếp (ngoài người mẹ luôn bên cạnh mình) là đêm trước đó mình được ở trên sân khấu cùng cậu. Cậu hát với mình rồi sau đó đưa cho mình chiếc mũ cậu đang đội trên đầu.

Chiếc mũ ấy cùng những bức hình của cậu điểm tô cho căn phòng bệnh viện của mình mỗi lần mình đi trị liệu. Mình kể với cả các bác sĩ và y tá đủ chuyện trời ơi đất hỡi về Bieber và rất nhiều lần còn hát cho họ nghe mấy ca khúc của cậu. Khi thấy những cú thọc ngoáy đau đớn không chịu nổi, mình chỉ cần nhìn lên bức ảnh chụp cậu và mình trên sân khấu là đủ để mỉm cười vượt qua thêm một thử thách nữa. Khi mình nhớ lại cậu đã nói những lời nổi tiếng ấy với mình "chỉ riêng mình em thôi cô gái" thì mọi thứ chừng nghe dễ chịu đựng hơn nhiều. Không lời nào diễn tả được cử chỉ dường như nhỏ bé ấy đã giúp đỡ mình chừng nào trên hành trình vượt qua căn bệnh tai quái mà cơ thể mình đang phải chống chọi.

Mình tin chắc một ngày nào đó mình sẽ có cơ hội gặp trực tiếp để cảm ơn cậu, nhưng từ giờ tới khi ấy, mình vẫn là,

Fan trung thành nhất của cậu,

Sabrina Moreino

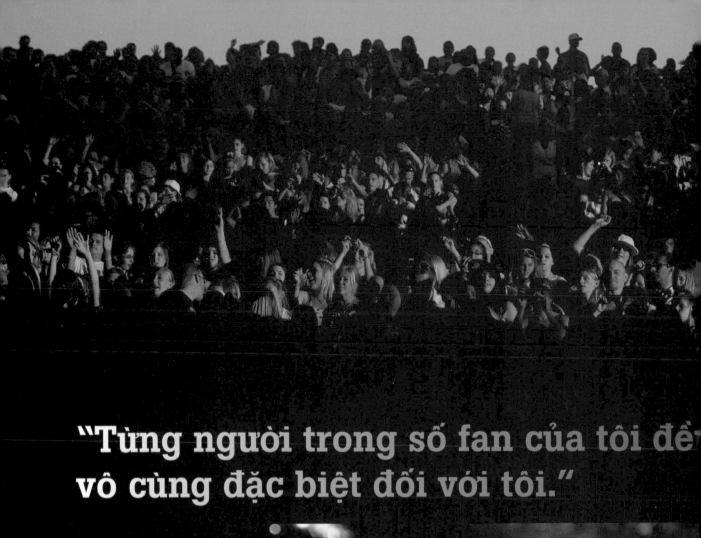

"Từng người trong số fan của tôi đề
vô cùng đặc biệt đối với tôi."

Lá thư này khiến trái tim tôi xiết bao thương cảm. Sabrina kể rằng khi bạn ấy bị rụng tóc do trị liệu hóa chất, bạn ấy đã đội chiếc mũ tôi đưa cho. Chuyện ấy nhắc tôi nhớ lại bài hát cũ của Rascal Flatts kể về Sarah Beth, một cô gái phải trải qua các đợt trị liệu hóa chất và bị rụng tóc, nhưng khi cô tới dạ hội cuối thời trung học, khiêu vũ với người con trai yêu thương cô, khoảnh khắc đó, cô không hề thấy sợ hãi. Tôi không thể nói hết cảm giác được làm một phần trong khoảnh khắc ấy của Sabrina có ý nghĩa ra sao đối với tôi. Giờ bạn ấy đã phục hồi và đang bước vào một cuộc sống mạnh khỏe dài lâu, nhưng tôi sẽ không ngừng cầu nguyện cho bạn ấy. Những người như Sabrina và rất nhiều fan tôi từng gặp trên suốt chặng đường đã dạy tôi không bao giờ được quên: *Never say never.*

Từng người trong số fan của tôi đều vô cùng đặc biệt đối với tôi. Tôi rất thích ở trong phòng thu, nhưng không bằng tình yêu dành cho biểu diễn trực tiếp, vì đó là khi tôi được giao lưu với bạn. Một trong những khoảnh khắc tôi say mê nhất trong từng show là khi tôi bước dần xuống dưới sân khấu, nhìn thẳng vào đôi mắt rạng ngời của bạn mà nói,

 If you need me, I'll come running from a thousand miles away… [1]
(Nếu bạn cần tôi, từ ngàn dặm xa tôi sẽ lao về…)

Rất nhiều người trong số các bạn đã nhìn thấy fan nhí ba tuổi vô cùng đáng yêu của tôi, Cody. Ai đó đã đưa một video vui nhộn quay cảnh bé đang khóc vì không nhìn thấy tôi. Đêm trước sinh nhật mười sáu tuổi của tôi hai hôm, tôi tham gia talk show *Jimmy Kimmel Live!* ở

1. Lời bài hát "U Smile".

Los Angeles và được gặp Cody cùng gia đình cô bé sau sân khấu. Bạn phải nhìn gương mặt cô bé khi tôi bước vào cửa mới được! (Thật đấy, xem trên YouTube đi. Mắt cô bé mở to như hai trái bóng chày.) Thú vị ở chỗ tôi cũng thấy phấn khích không kém khi được gặp Cody. Video của cô bé trên YouTube khiến chúng tôi cười suốt tuần.

Hai ngày sau, chúng tôi quậy tưng với một bữa tiệc sinh nhật mười sáu tuổi hoành tráng. Mọi người lo lắng không biết tôi có định đánh dấu mốc này bằng một trò điên rồ nào đó không, nhưng tất cả những gì tôi muốn là dành thời gian ở bên gia đình, bạn bè và đội của tôi. Chúng tôi thuê một ngôi nhà và bày la liệt thức ăn tuyệt hảo, chơi bóng rổ, bơi, hát karaoke và còn đấu vật sumo! Thật tốt biết bao khi làm trẻ con và được bao bọc bởi những người thực sự yêu ta bởi chính con người ta. Điều tuyệt diệu nhất là sau bữa tiệc tôi liền bay về Canada và có khoảng thời gian tươi đẹp bên gia đình ở đó. Chúng tôi đã làm gì ư? Chúng tôi chơi bowling thôi. Có lẽ nó không náo nhiệt như những gì người ta thường nghĩ về một nghệ sĩ từng ra đĩa, thật ra rốt cuộc thì tôi vẫn là một đứa trẻ bình thường. Tôi không trông đợi mà cũng chẳng muốn nhận bất kỳ sự đối đãi đặc biệt nào.

justinbieber Cảm ơn mọi người vì những lời chúc mừng sinh nhật. Tất cả các bạn đã thay đổi cuộc đời tôi và cho tôi một ngày sinh nhật tuyệt vời. rất cảm kích.

14:44 01/03 qua Web

"Chúng tôi quậy tưng với một bữa tiệc sinh nhật mười sáu tuổi hoành tráng. Chúng tôi thuê một ngôi nhà và bày la liệt thức ăn tuyệt hảo, chơi bóng rổ, bơi, hát karaoke và còn đấu vật sumo."

CHO PHÉP TÔI

Dù tôi không muốn nhận được sự đối đãi đặc biệt, nhưng vào cái lúc khi tôi kinh ngạc vì được tặng một chiếc Range Rover vào ngày sinh nhật thứ mười sáu, tôi nhận ra có một số điều với mình đã hơi khác rồi.

Ồ THÔI NÀO!

Tôi cảm thấy thật ai oán khi không thể lái nó vì tôi vẫn chưa có giấy phép lái xe. Một hôm tôi lén lái một vòng quanh dãy nhà tôi ở, thế là mẹ nổi giận đùng đùng với tôi.

"Justin! Con biết con không thể lái chiếc xe đó mà. Con chưa có bằng lái. Con thậm chí còn chưa xin phép."

Sao lại vô lý tới vậy? Mười sáu tuổi rồi mà vẫn chưa có thời gian lấy giấy phép lái xe.

"Lẽ ra con phải lấy từ năm ngoái," tôi nói với mẹ. "Cứ thế này thì ba mươi tuổi con cũng chưa có bằng lái mất thôi."

"Được rồi," mẹ nói. "Tuần tới chúng ta sẽ nghỉ một ngày. Ưu tiên hàng đầu là mẹ con ta tới Nha Lộ Vận."

Tôi nghỉ tập một ngày với đội. Ngày đó đến, và tôi nhắn tin cho tất cả những người có điện thoại di động để báo với họ rằng tôi sắp lấy giấy phép lái xe.

"Ô hô! Giấy phép lái xe! Ngày hôm nay tới rồi! Tự do sắp đến!"

"Em đã học chưa mà thi?" Scooter hỏi.

"Rồi chứ. Rồi. À… anh biết đấy… em đã nghĩ về chuyện đó. Ý em là về chuyện lái xe. Đừng lo. Em không trượt đâu."

"Có lẽ em nên học lấy một chút, Justin."

"Em đã bảo em không trượt đâu mà."

"Có những người trượt kỳ sát hạch vì không xem sách luật đấy."

"Anh bạn. Em sẽ không trượt kỳ sát hạch đâu."

Thế rồi tôi đi thi và trượt kỳ thi quái quỷ ấy.

Tôi bước vào cửa, tràn đầy hy vọng sẽ bước ra với tờ giấy phép lái xe, nhảy vào ghế lái và bắt đầu cuộc đời của một anh chàng tự do. Ấy nhưng tôi đứng đó nhìn chăm chú người phụ nữ sau quầy tiếp tân, cố không để lọt tai những lời chị đang nói.

"Trật rồi," chị mỉm cười. "Chỉ hơi hơi đúng thôi. Em trượt vì sai mất một câu."

"Gì cơ? Không… không thể nào."

Chị đưa cho tôi một tờ giấy không phải giấy phép lái xe.

"Dành chút thời gian xem qua những câu trả lời đúng rồi ba mươi ngày nữa quay lại nhé."

"Ba mươi ngày ư?"

Chị ấy đang trêu tôi sao? Tôi thậm chí không biết ba mươi ngày nữa tôi đang ở đất nước nào. Tất cả những gì tôi biết là tôi sẽ già đi ba mươi ngày tuổi. Mà không có bằng lái xe.

Tôi lầm rầm đại ý cảm ơn chị, mặt tối sầm và kéo mũ xuống thấp nhất có thể. Mẹ đang đợi ở ngoài khu vực hành lang, và trên đường ra về mẹ không cần phải hỏi tôi chuyện gì đã xảy ra.

"Ôi Justin… không sao đâu. Ổn cả mà. Con có thể thi lại…"
"Đi thôi mẹ," tôi xua đi.
Bên ngoài bãi đỗ xe trời mưa như trút, mẹ chui vào trong xe.
Trên ghế lái. Ôi chết tiệt. Chao ơi. Thật bất công khủng khiếp. Tôi
không chịu đựng nổi. Tôi bắt đầu bước đi.

"Cảm giác như từng chiếc ô tô chạy ngang qua đều đang giễu cợt tôi."

Đi mười dặm dưới mưa chắc còn dễ hơn phải ngồi vào ghế khách khi mà cả cõi lòng tôi đã mong mỏi được lái xe về nhà.

Mẹ mở một khe cửa kính và quát lên, "Justin! Con sẽ ướt sũng cho coi. Vào xe đi."

Nhưng tôi cảm thấy như muốn khóc, và chẳng đời nào tôi vào cái ghế khách chết toi ấy, gào thét như một thằng nhóc lên mười. Mẹ cứ ới gọi tôi khi tôi đi tới góc bãi đỗ xe rồi đứng bên đường. Cảm giác như từng chiếc ô tô chạy ngang qua đều đang giễu cợt tôi.

Lêu lêu, lêu lêu. Bọn anh được lái xe còn chú mày thì không!

Một cô gái lướt qua, vừa trò chuyện tưng bừng vào di động và chải lại mascara vừa chạy xe len lỏi xuống đại lộ, nhưng hẳn nhiên cô ấy đã có bằng lái xe phải không? Một quý bà nhỏ bé lái qua với tốc độ chừng mười hai dặm một giờ. Bà khó lòng nhìn quá được cái vô lăng của con Cadillac, nhưng rõ ràng bà đã dễ dàng vượt qua kỳ sát hạch đáng ghét đó. Một ông to lớn phóng qua trên chiếc xe tải, hút thuốc phì phèo rồi quẳng đầu lọc ra đường như thể thế giới này là cái gạt tàn phải gió nhà ông. Ông ta được lái, còn tôi thì không?

"Aaaaa! Tôi ghét ông!" tôi hét theo ông ta. Cảm giác thật dễ chịu, tôi thét vào gã tiếp theo. "Tôi ghét cả anh nữa! Và tôi ghét bà! Tôi ghét cô! Tôi ghét chị!"

Mẹ ngồi trong xe trong khi tôi xả cơn giận vào dòng xe cộ trên đường. Thỉnh thoảng bà lại hé cửa sổ và gọi to, "Justin, đủ rồi đấy. Justin! Thật là. Vào xe đi - nhanh."

Cuối cùng tôi cũng vào xe, người ướt như chuột lột. Justin Bieber, ngôi sao nhạc pop mới nổi không có giấy phép lái xe. Cuối ngày hôm ấy, Scooter và Kenny tới đưa tôi đi hóng gió, và tôi nói với anh, "Chuyện này khủng khiếp quá."

"Phải, đúng thế," anh nói. "Nhưng ba mươi ngày qua nhanh thôi. Lần sau em sẽ đỗ."

"Em trượt vì sai mất một câu, nhưng khi nhìn vào đáp án - ngay đây này - em biết mình đã làm đúng câu đó." Tôi lôi tờ giấy nhàu nhĩ nhét trong áo ra. "Khi được phép rẽ phải lúc gặp đèn đỏ, bạn nên (a) rẽ nhanh sang phải, (b) chạy chậm lại rồi rẽ phải, hoặc (c) dừng hẳn rồi mới tiến lên rẽ phải."

"Anh bạn, ta phải dừng hẳn rồi mới rẽ phải," Scooter nói.

"Gì cơ? Thật buồn cười! Chẳng bao giờ có ai dừng hẳn cả."

"À, lẽ ra họ cần phải làm thế."

"Anh có khi nào dừng lại đâu."

"Đương nhiên là có chứ. Anh luôn dừng hẳn."

"Anh bạn, em đã ngồi trên xe anh mười triệu lần rồi, và anh chưa từng một lần dừng lại trước khi rẽ phải."

"Đúng thế còn gì," Kenny lên tiếng hỗ trợ. "Anh chẳng bao giờ dừng cả, Scooter."

"À thì… anh chỉ… được rồi, nhưng anh làm gì cũng đâu thành vấn đề," Scooter nói.

"Quan trọng là luật cơ, mà luật là em phải dừng hẳn, giờ thì em biết điều đó rồi. Em sẽ thi lại, và lần này có lẽ nên xem qua sách nhỉ."

Tôi nhét tờ giấy vào túi, thầm nghĩ, Chết tiệt! Sao mình không

"Luôn có rất nhiều tiếng cười ở phía cuối con đường."

học trước kỳ thi dở hơi đó chứ? Nhưng tôi lại nói to rằng, "Ôi thật ngớ ngẩn. Chán kinh hồn."

"Anh biết," Scooter nói. "Anh cũng trượt lần đầu."

"Anh trượt ba lần," Kenny nói. "Bốn lần mới đúng."

Scooter và tôi nhìn anh một phút, rồi cả ba phá lên cười rung rốn.

"Bốn lần," Scooter nói. "Tôi khâm phục sự kiên trì của anh đấy, Kenny. Nếu là tôi chắc tôi sẽ tiếp tục đi xe đạp."

Chúng tôi cười ngặt nghẽo. Tôi nghĩ bài học tôi học được từ ngày hôm đó là bất kể tôi có thể thấy mọi chuyện tồi tệ đến chừng nào, luôn có tiếng cười ở phía cuối con đường. Ta chỉ cần tìm kiếm nó mà thôi.

justinbieber Sao bạn lại lái xe trong bãi đỗ xe và đỗ xe trên đường lái xe. Lộn xộn quá!

19:37 02/06 qua Twitter cho BlackBerry®

BỊ CHÂM CHỌC

Ba mươi ngày sau tôi tham gia kỳ sát hạch và lấy được giấy phép, thế nên cuối cùng mọi chuyện đều tuyệt, nhưng có một thứ không tuyệt là giọng của tôi khi tôi thức dậy vào buổi sáng sau hôm hét xuống đường trong mưa. Tôi nói còn khó nhọc chưa kể gì tới hát. Tôi chỉ có thể lào khào. Cứ hễ tôi bị ốm hoặc bị khản giọng vì hò hét trong một bữa tiệc hay gào thét cật lực khi chơi bóng rổ hoặc chơi hockey là mọi người lại làm như thể đã đến ngày tận thế. Mama Jan ra tay chỉ đạo.

"Cho giọng nghỉ đi. Không nói một từ đâu đấy."

Bà đặt ra luật, và bà không đùa. Tôi không được phép nói hay hát cho tới khi bà bảo đủ rồi. Sau đó bà làm việc với tôi như một sĩ quan huấn luyện cho tới khi mọi thứ trở lại bình thường. Trong khoảng thời gian ấy, Scooter và đội của anh phải bươn bải sắp xếp lại mọi thứ tôi có lịch phải làm liên quan tới các buổi phỏng vấn hoặc thu âm hay bất kể việc gì tương tự.

Chính trong lần này tôi đã hứa với một cô sẽ thực hiện một playlist cho mục playlist của ngôi sao trên YouTube, và cô ấy nổi đóa lên khi Scooter gọi điện bảo chúng tôi không thể hoàn thành việc đó. Chúng tôi sắp tới hạn ra album *My World 2.0*, và chúng tôi cần mọi người đứng về phía mình, thế nên Scooter bảo với cô ấy, "Được rồi. Chúng tôi sẽ cố làm gì đó."

Cuối ngày hôm ấy, anh tới và bảo, "Đây là thứ chúng ta sẽ làm. Em biết những bộ phim kungfu được lồng tiếng Anh như thế nào không? Kiểu như miệng của một anh chàng gầy nhom phát ra thứ

"Tôi nói còn khó nhọc chưa kể gì tới hát."

tiếng gầm gào oang oang nhưng không khớp với chuyển động miệng ấy. Em chỉ cần ngồi trên ghế mấp máy môi, còn anh sẽ làm tiếng nói."

"Ồ, được, thế…"

"Im ngay! Không được nói."

"Nhưng anh định nói gì?"

"Anh có danh sách bài hát em làm rồi. Anh sẽ nghĩ ra gì đó thôi."

Tôi gật đầu. Một đại diện từ Def Jam tới đặt camera, và tôi ngồi xuống ghế đối diện với Scooter ở đầu kia căn phòng, anh đã có danh sách những video yêu thích nhất của tôi trong tay. Ngay lúc ấy, tôi làm vẻ mặt kungfu còn Scooter làm giọng lồng tiếng ồm ồm.

"Cảm ơn vì đã xem phần ra mắt video mới của tôi 'Never Let You Go'. Giờ chúng ta sẽ xem playlist ngôi sao của tôi. Số một, các bạn vừa xem rồi. 'Never Let You Go'. Video tiếp theo… à, CHUCK NORRIS vĩ đại, nhà vô địch đá vòng cầu. Ông đang chiến đấu với gấu. Ai mà lại đi chiến đấu với gấu chứ? Chỉ có CHUCK NORRIS. Con gấu bỏ chạy. Tôi rất thích video này. Video tiếp theo. Cody khóc. Ôi Cody bé bỏng. Bé khóc vì cả ngày dài không được thấy tôi. Sau đó tôi đã gặp bé. Bạn cũng có thể tìm video ấy trên YouTube, nhưng giờ thì hãy nhìn bé khóc đã. Khi vào tai tôi tiếng khóc trở thành âm nhạc. Video tiếp theo… khoan nào. Để tôi nhớ xem nó là gì hẳng."

"Chúng tôi thích trêu chọc nhau."

Scooter nhìn vào danh sách nhưng không đọc được chữ viết tay cẩu thả của tôi. Anh đưa nó cho chị đại diện và hỏi, "Từ gì đây?"

Chị cố rít lên, "Legaci." Đối diện camera, tôi cố hết sức nín cười.

"À. Video tiếp theo là những ca sĩ mới hát bè cho tôi, nhóm Legaci. Tôi, Justin Bieber, đã phát hiện ra họ khi họ hát ca khúc 'Baby' của tôi. Xem trên YouTube nhé. Thực sự rất tuyệt vời. Tôi thích họ. Tôi không thịt họ đâu."

Chị đại diện và tôi phá lên cười, thế là chúng tôi phải dừng một phút.

"Thằng khỉ, đừng có cười," Scooter nói. "Nín đi."

"Okay. Em ổn mà."

"Không được nói!"

"Rồi!"

"Im ngay!"

Tôi trợn mắt, và chị đại diện bắt đầu ghi lại.

"Xin chào, tôi là Justin Bieber, tôi trở lại đây. Tôi vừa có việc ra ngoài."

Tôi lại bắt đầu buồn cười, nhưng Scooter đang nhìn tôi với ánh mắt Đừng. Có. Cười.

"Tôi sẽ cho các bạn biết một video còn tuyệt vời hơn nữa trong playlist ngôi sao của tôi. Đây là một trong những con rắn bự nhất hành tinh. Đó là một video cực hay. Xem từ đầu chí cuối nhé. Nó sẽ nuốt chửng bạn luôn. Rồi. Hãy đảm bảo bạn sẽ mua album mới của tôi, *My World 2.0* nhé. Nó như… shit. Đừng nhìn mặt ta nữa. Ta là Justin Bieber. Võ sư đây. Aaaaa!"

Cắt. Cắt. Cắt. Chúng tôi cười sằng sặc.

Xin lỗi Mama Jan, em không cưỡng được. Buồn cười quá.

Chúng tôi thích trêu chọc nhau bao nhiêu thì chúng tôi cũng cười nhiều bấy nhiêu trước những chuyện điên rồ tràn lan xung quanh (một số thú vị, một số thì không) nhằm châm chọc tôi và fan của tôi. Thường thì chúng tôi chỉ cười rồi cho qua, nhưng thỉnh thoảng tôi phải lên tiếng đôi lời...

justinbieber cùng dành chút thời gian để giải đáp một số tin đồn điên rồ nhé... vui cực...

14:43 29/06 qua Web

justinbieber MỘT... Tôi chưa chết. Tôi phải kiểm tra chuyện này đã... nhưng hóa ra tôi còn sống thật.

14:44 29/06 qua Web

justinbieber HAI... mẹ tôi là một phụ nữ đức hạnh... hãy cứ để mặc tin đồn đó đi... bởi vì nó chỉ khiến tôi thấy kinh tởm buồn nôn...

14:46 29/06 qua Web

justinbieber BA... tôi không gia nhập hội Illuminati hay bất cứ tôn giáo nào khác. Tôi là người Thiên Chúa giáo và tôi cầu nguyện trước mỗi lần biểu diễn và tôi hàm ơn mọi ơn phước.

14:47 29/06 qua Web

 **justinbieber** BỐN… Tôi không phải Peter Pan… Tôi đang lớn lên và giọng sẽ thay đổi nhưng không phải lo, Jan Smith là giáo viên luyện thanh vĩ đại nhất mọi thời… sung sức hơn bao giờ hết!

14:50 29/06 qua Web

justinbieber SÁU… tôi không cao ba mét và không thể bắn cầu lửa từ mông… đó là BraveHeart[1].

14:54 29/06 qua Web

justinbieber BẢY… đúng là chúng ta đã bỏ qua số 5… tại sao ư??? Tôi không biết… Số 5 rất đáng sợ và không muốn tham gia trò vui này.

14:56 29/06 qua Web

justinbieber TÁM… asherroth không phải anh ruột của tôi… anh chỉ là người anh lớn… chúng tôi có Tình huynh đệ.

14:59 29/06 qua Web

justinbieber CHÍN… tôi đang học chương trình giáo dục tại nhà và không định sang năm cứ ghé thăm mỗi thành phố thì lại học ở một trường trung học.

15:00 29/06 qua Web

justinbieber và MƯỜI… Không, CHUCK NORRIS không phải cha ruột của tôi… dù quả thực ông tạo ra Hercules.

15:02 29/06 qua Web

_____

1. Nhân vật anh hùng trong bộ phim cùng tên.

HÃY NỔI NHẠC LÊN

HARTFORD, CONNECTICUT
THỨ BA NGÀY 22 THÁNG SÁU NĂM 2010
20:30

Sân XL Center bùng nổ tiếng reo hò và sức nóng. Nhóm Stunners thắp lửa còn Sean Kingston đốt cháy không khí. Phía sau sân khấu trong phòng thay đổ của tôi, tôi đang vỗ tay lên đùi. Những lời trong đĩa đơn cuối cùng của tôi cứ rộn ràng trong đầu tôi.

 I never thought that I could walk through fire
Never thought that I could take a burn
Never had the strength to take it higher
Until I reached the point of no return…

Ryan nói, "Đến giờ rồi."

Nhóm chúng tôi túm tụm lại bên nhau. Mẹ tôi tạ ơn Chúa về mọi ơn phước đã chiếu rọi lên chúng tôi. Mama Jan cầu nguyện cho giọng tôi sẽ được tình yêu ban cho sức mạnh. Tôi cầu nguyện cho sự an toàn của tôi và nhóm nhảy cùng toàn thể mọi người trên và dưới sân khấu. Dan bắt nhịp cho chúng tôi cất lên câu cầu nguyện của người Do Thái cổ mà Scooter đã dạy chúng tôi.

　　　　　　　　　　　　　　　JUSTIN BIEBER

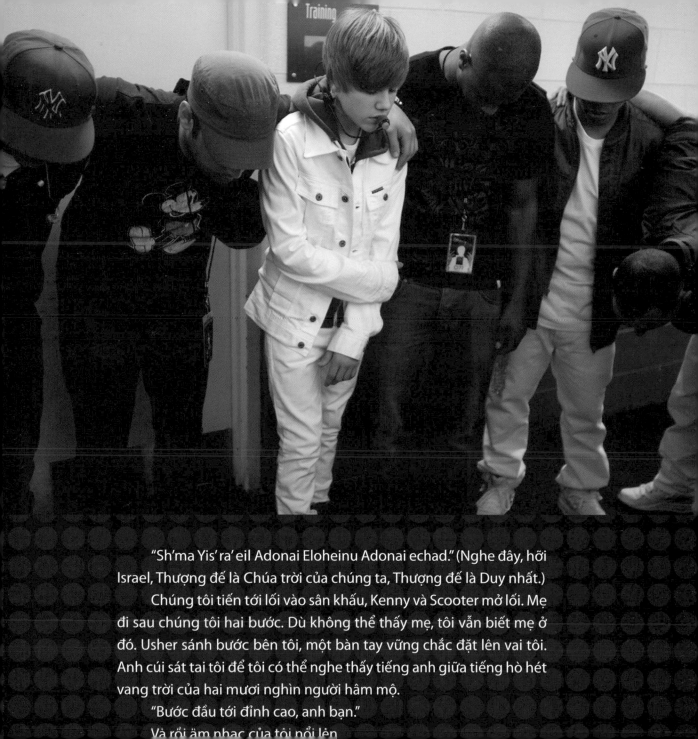

"Sh'ma Yis'ra'eil Adonai Eloheinu Adonai echad." (Nghe đây, hỡi Israel, Thượng đế là Chúa trời của chúng ta, Thượng đế là Duy nhất.)

Chúng tôi tiến tới lối vào sân khấu, Kenny và Scooter mở lối. Mẹ đi sau chúng tôi hai bước. Dù không thể thấy mẹ, tôi vẫn biết mẹ ở đó. Usher sánh bước bên tôi, một bàn tay vững chắc đặt lên vai tôi. Anh cúi sát tai tôi để tôi có thể nghe thấy tiếng anh giữa tiếng hò hét vang trời của hai mươi nghìn người hâm mộ.

"Bước đầu tới đỉnh cao, anh bạn."

Và rồi âm nhạc của tôi nổi lên.

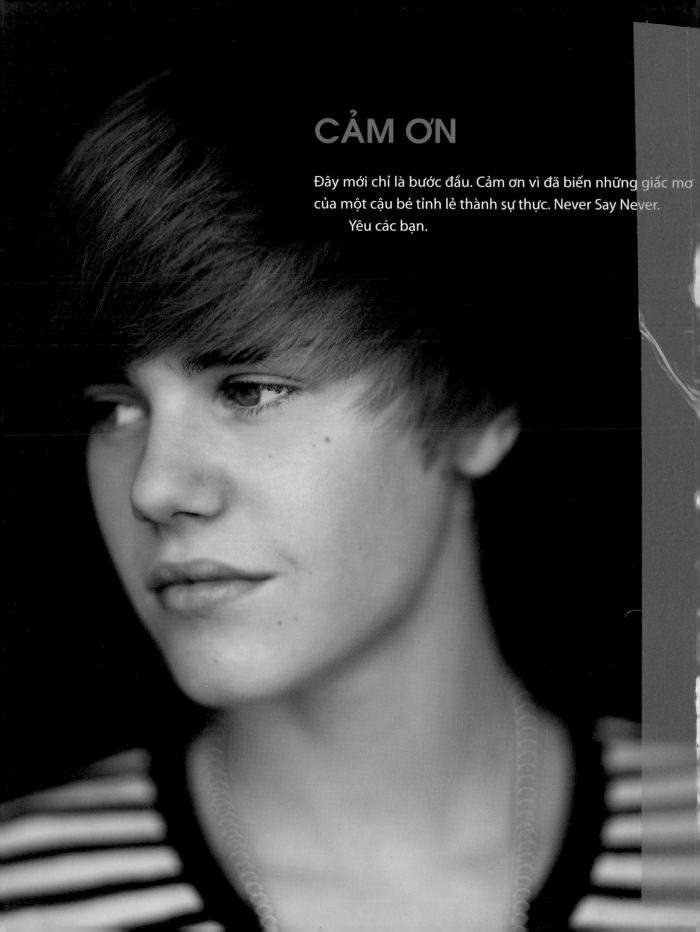

CẢM ƠN

Đây mới chỉ là bước đầu. Cảm ơn vì đã biến những giấc mơ của một cậu bé tỉnh lẻ thành sự thực. Never Say Never. Yêu các bạn.